NẤU ĂN VỚI TINH DẦU

100 Công thức Thơm cho Sức khỏe và Hương vị

Dũng Thông

Tài liệu bản quyền ©2023

Đã đăng ký Bản quyền

Không phần nào của cuốn sách này được phép sử dụng hoặc truyền đi dưới bất kỳ hình thức nào hoặc bằng bất kỳ phương tiện nào mà không có sự đồng ý bằng văn bản thích hợp của nhà xuất bản và chủ sở hữu bản quyền, ngoại trừ những trích dẫn ngắn gọn được sử dụng trong bài đánh giá. Cuốn sách này không nên được coi là sự thay thế cho lời khuyên về y tế, pháp lý hoặc chuyên môn khác.

MỤC LỤC

MỤC LỤC 3
GIỚI THIỆU 6
TINH DẦU TỰ LÀM 7
   1. Dầu chanh tự làm 8
   2. Tinh dầu vỏ quế tự làm 10
   3. Dầu bạc hà tự làm 12
   4. Dầu cam tự làm 14
   5. Dầu oải hương tự chế 16
   6. Dầu quế tự làm 18
   7. Dầu húng quế tự làm 20
   8. Dầu tiêu tự làm 22
   9. Dầu Oregano tự làm 24
   10. Dầu húng tây tự làm 26
   11. Dầu Gừng Tự Làm 28
   12. Dầu hương thảo tự làm 30
   13. Dầu bạch đậu khấu tự chế 32
BỮA SÁNG 34
   14. Bánh mì nướng kiểu Pháp sốt táo nam việt quất 35
   15. Bánh nướng bạch đậu khấu việt quất 37
   16. Chai Tea Latte Tinh Dầu Sả 39
   17. Bánh mì thảo mộc với tinh dầu hương thảo 41
   18. Bánh nướng xốp việt quất cam với tinh dầu 43
   19. Trứng quỷ 45
   20. Bánh mì bí ngô 47
   21. Bánh quế việt quất và dầu chanh 49
   22. Bánh sừng bò chanh việt quất 51
   23. Bánh Muffin chanh 53
MÓN ĂN VÀ MÓN KHAI THÁC 55
   24. Bánh Gừng Ngày Lễ 56
   25. Bánh quy quế cam 58
   26. Vỏ Sôcôla Bạc Hà 61
   27. Bánh hạnh nhân bạc hà cắn 63
   28. Churros chanh 65
   29. Bánh quy xoắn chanh Jalapeño 67
   30. Thanh chanh 69
   31. Bánh quy chanh 71
   32. Bánh Pita Giòn Tiêu chanh 73
   33. Bánh hạnh nhân chanh 75
   34. Thanh chanh mini 77

35. Nấm Truffle Nước chanh 79
MÓN CHÍNH **81**
  36. Canh gà nấm cơm rừng 82
  37. Salsa chanh gà 85
  38. Cá hồi chanh và thì là 87
  39. Gà nướng hương thảo và tỏi 89
MÓN MẶT VÀ SALAD **91**
  40. Salad cải xoong bơ phô mai xanh 92
  41. Salad dâu tây hạnh nhân 94
  42. Dưa chua thì 96
  43. Salad rau bina & thịt xông khói với nước sốt Tarragon 98
  44. Salad lê Gorgonzola với tinh dầu húng quế 100
MÓN TRÁNG MIỆNG **102**
  45. Táo nướng quế & nhục đậu khấu 103
  46. Bánh Tart Bơ Vôi 105
  47. Kẹo dẻo cơm cháy 107
  48. Mousse sô cô la đen quế 109
  49. Bánh Tart chanh phô mai không nướng 111
  50. Sữa chua đông lạnh chanh việt quất 113
  51. Bánh Táo Lê 115
  52. Trà chanh mật ong giảm họng 117
  53. Bánh dâu tây 119
  54. Bánh Tamale 122
  55. Kẹo sô cô la ngày lễ tình nhân 125
  56. Tart kỷ tử, quả hồ trăn và chanh 127
  57. Mousse chanh anh đào 130
  58. Pudding Mây chanh đại hoàng 132
  59. Bánh đậu chanh đại hoàng 135
  60. Kem chanh 137
  61. Bánh tart chanh mini 139
  62. Bánh flan chanh và ổi hương 141
  63. Chanh Zabaglione 143
  64. Macaron chanh Pháp 145
  65. Bánh tart chanh Brulée 148
  66. Brûlée chanh với kẹo bơ cứng 150
  67. Bánh chanh tổ ong 152
GIA VỊ **155**
  68. Kem bơ hương vani hoa ổi hương 156
  69. Pesto rau chân vịt 158
  70. Sốt chanh 160
  71. Guacamole chanh-vôi 162

72. Salsa quả dứa với tinh dầu 164
73. Hương thảo chanh Hummus với tinh dầu 166
74. Nước chanh ớt với tinh dầu chanh 168
75. Nước ướp chua ngọt với tinh dầu 170
76. Nước sốt hương thảo Balsamic với tinh dầu 172
77. Mùi tây húng quế ướp với tinh dầu 174
78. Tỏi hương thảo chà 176
79. Hỗn Hợp Gia Vị Chipotle 178
80. Hỗn Hợp Gia Vị Ý 180
81. Tinh dầu – Đường hương 182
82. Hỗn Hợp Gia Vị Châu Á 184
83. Men chanh 186
84. Nước chanh mâm xôi Glaze 188
85. Kem phủ bơ chanh 190
86. Kem phủ hạt chanh anh túc 192

COCKTAIL VÀ MOCKTAIL **194**

87. Mojito chanh dưa chuột 195
88. Trà chanh đá 197
89. Kem Cà Phê Gia Vị Bí Ngô 199
90. Gia Vị Ngày Lễ Wassail 201
91. Rượu táo tẩm gia vị 203
92. Fizz Húng Quế Dâu 205
93. Mocha Bạc Hà Tự Làm 207
94. Quả Lựu Cam 209
95. Trà chanh bạc hà 211
96. Hỗn Hợp Cacao Bạc Hà 213
97. Spritzer chanh oải hương 215
98. Sinh Tố Lê Gừng Tinh Dầu Gừng 217
99. Quả mâm xôi với tinh dầu chanh 219
100. Nước Cam Quýt 221

KẾT LUẬN **223**

GIỚI THIỆU

Chào mừng bạn đến với một hành trình ẩm thực không giống ai. Trong Nấu ăn với tinh dầu: 100 công thức nấu ăn thơm cho sức khỏe và hương vị, chúng tôi mời bạn tham gia vào một cuộc phiêu lưu ẩm thực sẽ kích thích các giác quan của bạn, nuôi dưỡng cơ thể và đánh thức đầu bếp bên trong bạn. Tinh dầu, tinh chất đậm đặc của thực vật, mang đến nhiều khả năng khi nấu nướng. Trong cuốn sách nấu ăn này, chúng ta sẽ đi sâu vào nghệ thuật truyền tải những sáng tạo ẩm thực của bạn bằng những loại thần dược thơm ngát của thiên nhiên này.

Khi lật từng trang, bạn sẽ khám phá ra sức mạnh tổng hợp hấp dẫn giữa tinh dầu và ẩm thực. Nó không chỉ là thêm hương vị; đó là việc biến căn bếp của bạn thành thiên đường thơm mát, nơi sức khỏe và hương vị cùng tồn tại hài hòa. Với 100 công thức nấu ăn được chế biến tỉ mỉ, chúng tôi đảm bảo luôn có thứ gì đó phù hợp với mọi khẩu vị và mọi dịp, từ món khai vị đến món tráng miệng. Mỗi công thức là minh chứng cho khả năng vô tận mà tinh dầu mang lại cho tiết mục ẩm thực của bạn.

Cuộc hành trình bắt đầu bằng một giọt, một giọt tinh dầu có thể làm nổi bật món ăn, đưa bạn đến những vùng đất xa xôi với hương thơm của nó và góp phần mang lại sức khỏe tổng thể cho bạn. Vì vậy, không chần chừ gì nữa, hãy cùng đi sâu vào thế giới thơm ngát này và khám phá những bí mật của "Nấu ăn bằng tinh dầu". Nhà bếp của bạn sắp trở thành nơi ẩm thực kỳ diệu và hương thơm quyến rũ.

TINH DẦU TỰ LÀM

1.Dầu chanh tự làm

THÀNH PHẦN:
- Vỏ từ 2-3 quả chanh hữu cơ (đảm bảo chúng không có thuốc trừ sâu)
- 1 chén dầu trung tính (ví dụ dầu hạt nho, dầu hạt cải hoặc dầu cây rum)

HƯỚNG DẪN:
a) Rửa sạch và lau khô chanh.
b) Dùng dụng cụ bào hoặc dụng cụ bào mịn để loại bỏ vỏ chanh. Lưu ý chỉ lấy phần vỏ màu vàng bên ngoài vì phần cùi trắng bên dưới có thể có vị đắng.
c) Cho tinh dầu chanh vào lọ thủy tinh khô, sạch có nắp đậy kín.
d) Đun nóng dầu trung tính trong chảo hoặc lò vi sóng cho đến khi dầu ấm nhưng không sôi. Bạn có thể hâm nóng trên bếp ở nhiệt độ thấp hoặc cho vào lò vi sóng trong thời gian ngắn.
e) Đổ dầu ấm lên Tinh dầu chanh trong lọ. Đảm bảo vỏ được ngập hoàn toàn trong dầu.
f) Đậy kín lọ bằng nắp.
g) Để bình ở nơi tối và mát ít nhất 1-2 tuần. Điều này giúp hương chanh ngấm vào dầu.
h) Lắc nhẹ lọ vài ngày một lần để giúp hương chanh phân bố đều.
i) Sau thời gian truyền, lọc dầu qua rây lưới mịn hoặc vải thưa vào hộp khô, sạch. Điều này sẽ loại bỏ tinh dầu chanh, để lại tinh dầu chanh.
j) Bảo quản dầu chanh ở nơi tối, mát mẻ hoặc trong tủ lạnh để duy trì độ tươi. Nó sẽ kéo dài trong vài tuần đến vài tháng.
k) Bạn có thể sử dụng loại dầu chanh tự chế này trong nhiều ứng dụng ẩm thực khác nhau, chẳng hạn như nước sốt salad, nước xốt hoặc rưới lên các món ăn đã nấu chín để có hương vị chanh bùng nổ.

2.Tinh dầu vỏ quế tự chế

THÀNH PHẦN:
- Vỏ quế (khô hoặc mới thu hoạch)
- Nước
- Nồi lớn có nắp
- Bát chịu nhiệt nhỏ hơn
- Khối nước đá
- Hộp thủy tinh kín khí để đựng dầu

HƯỚNG DẪN:
a) Bắt đầu bằng cách thu thập một lượng vỏ quế. Vỏ quế mới thu hoạch hoặc khô sẽ có tác dụng cho quá trình này.
b) Nếu bạn sử dụng vỏ cây mới thu hoạch, hãy để vỏ khô trong vài ngày để giảm độ ẩm.
c) Đổ đầy nước vào một nồi lớn cho đến khi đầy khoảng một phần ba. Đặt chiếc bát chịu nhiệt nhỏ hơn vào trong nồi kho, đảm bảo nó nổi. Bát không được chạm vào đáy nồi.
d) Cho vỏ quế vào nồi lớn, bao quanh chiếc bát nhỏ hơn. Vỏ cây phải lơ lửng trên mặt nước, không được chìm trong nước.
e) Đảo ngược nắp nồi và úp ngược nó vào nồi lớn. Đổ đá viên vào nắp đảo ngược. Thiết lập này sẽ cho phép hơi nước ngưng tụ và tích tụ trong tô nhỏ hơn.
f) Đun nóng nước cho sôi nhẹ. Hơi nước sẽ bốc lên mang theo hơi tinh dầu.
g) Để hơi nước đi qua vỏ quế, giải phóng hơi tinh dầu rồi vào bát nhỏ hơn.
h) Hơi nước sẽ nguội và ngưng tụ trong bát nhỏ hơn, tạo thành hỗn hợp nước và tinh dầu.
i) Sau một thời gian, tắt lửa và cẩn thận hứng hỗn hợp nước và tinh dầu từ bát nhỏ hơn. Hỗn hợp này chứa tinh dầu bạn đang cố gắng chiết xuất.
j) Để yên hỗn hợp cho đến khi tinh dầu tách ra khỏi nước. Dầu sẽ nổi lên trên.
k) Cẩn thận hớt tinh dầu ra khỏi mặt nước bằng ống nhỏ mắt hoặc thìa.
l) Lọc dầu thu được qua rây mịn hoặc vải thưa để loại bỏ tạp chất còn sót lại.
m) Đổ tinh dầu vào hộp thủy tinh đậy kín để bảo quản.

3. Dầu bạc hà tự làm

THÀNH PHẦN:
- Lá hoặc thân cây bạc hà tươi (khoảng 1 cốc, đóng gói lỏng lẻo)
- 1 chén dầu trung tính (ví dụ dầu hạt nho, dầu hạt cải hoặc dầu cây rum)

HƯỚNG DẪN:
a) Rửa và lau khô lá hoặc thân cây bạc hà tươi. Điều cần thiết là sử dụng nguyên liệu thực vật sạch và khô để ngăn hơi ẩm xâm nhập vào dầu.
b) Đặt lá hoặc thân cây bạc hà vào lọ thủy tinh khô, sạch có nắp đậy kín.
c) Đun nóng dầu trung tính trong chảo hoặc lò vi sóng cho đến khi dầu ấm nhưng không sôi. Bạn có thể hâm nóng trên bếp ở nhiệt độ thấp hoặc cho vào lò vi sóng trong thời gian ngắn.
d) Đổ dầu ấm lên lá hoặc thân cây bạc hà trong lọ. Đảm bảo nguyên liệu thực vật ngập hoàn toàn trong dầu.
e) Đậy kín lọ bằng nắp.
f) Để bình ở nơi tối và mát trong khoảng 1-2 tuần. Điều này cho phép hương vị bạc hà ngấm vào dầu.
g) Lắc nhẹ lọ vài ngày một lần để giúp phân bổ đều hương vị bạc hà.
h) Sau thời gian truyền, lọc dầu qua rây lưới mịn hoặc vải thưa vào hộp khô, sạch. Thao tác này sẽ loại bỏ lá hoặc thân cây bạc hà, để lại tinh dầu bạc hà.
i) Bảo quản dầu bạc hà ở nơi tối, mát mẻ hoặc trong tủ lạnh để duy trì độ tươi. Nó sẽ kéo dài trong vài tuần đến vài tháng.
j) Dầu bạc hà tự làm có thể được sử dụng để tăng thêm hương vị bạc hà tươi mát cho nhiều món ăn, đồ uống, món tráng miệng và thậm chí cả dầu thơm. Hãy thận trọng với lượng sử dụng vì dầu bạc hà khá mạnh. Bắt đầu với một lượng nhỏ và thêm nhiều hơn để nếm thử nếu cần thiết.

4.Dầu cam tự làm

THÀNH PHẦN:
- Vỏ từ 2-3 quả cam hữu cơ (đảm bảo chúng không có thuốc trừ sâu)
- 1 chén dầu trung tính (ví dụ dầu hạt nho, dầu hạt cải hoặc dầu cây rum)

HƯỚNG DẪN:
a) Rửa và lau khô hoàn toàn cam.
b) Dùng dụng cụ bào hoặc dụng cụ bào mịn để loại bỏ vỏ cam. Lưu ý chỉ lấy phần vỏ cam bên ngoài vì phần cùi trắng bên dưới có thể có vị đắng.
c) Đặt vỏ cam vào lọ thủy tinh sạch, khô có nắp đậy kín.
d) Đun nóng dầu trung tính trong chảo hoặc lò vi sóng cho đến khi dầu ấm nhưng không sôi. Bạn có thể hâm nóng trên bếp ở nhiệt độ thấp hoặc cho vào lò vi sóng trong thời gian ngắn.
e) Đổ dầu ấm lên vỏ cam trong lọ. Đảm bảo vỏ được ngập hoàn toàn trong dầu.
f) Đậy kín lọ bằng nắp.
g) Để bình ở nơi tối và mát ít nhất 1-2 tuần. Điều này giúp hương cam ngấm vào dầu.
h) Lắc nhẹ lọ vài ngày một lần để giúp hương cam phân bố đều.
i) Sau thời gian truyền, lọc dầu qua rây lưới mịn hoặc vải thưa vào hộp khô, sạch. Điều này sẽ loại bỏ vỏ cam, để lại cho bạn dầu ngâm cam.
j) Bảo quản dầu cam ở nơi tối, mát mẻ hoặc trong tủ lạnh để duy trì độ tươi. Nó sẽ kéo dài trong vài tuần đến vài tháng.
k) Bạn có thể sử dụng loại dầu cam tự chế này trong nhiều ứng dụng ẩm thực khác nhau, chẳng hạn như nước sốt salad, nước xốt hoặc rưới lên các món ăn đã nấu để có hương vị cam bùng nổ.

5.Dầu oải hương tự chế

THÀNH PHẦN:
- 1/4 chén hoa oải hương khô
- 1 chén dầu trung tính (ví dụ dầu hạt nho, dầu hạt cải hoặc dầu cây rum)

HƯỚNG DẪN:
a) Đặt hoa oải hương khô vào lọ thủy tinh khô, sạch có nắp đậy kín.
b) Đun nóng dầu trung tính trong chảo hoặc lò vi sóng cho đến khi dầu ấm nhưng không sôi. Bạn có thể hâm nóng trên bếp ở nhiệt độ thấp hoặc cho vào lò vi sóng trong thời gian ngắn.
c) Đổ dầu ấm lên những bông hoa oải hương khô trong lọ. Đảm bảo hoa ngập hoàn toàn trong dầu.
d) Đậy kín lọ bằng nắp.
e) Để bình ở nơi tối và mát trong khoảng 1-2 tuần. Điều này cho phép hương thơm hoa oải hương ngấm vào dầu.
f) Lắc nhẹ lọ vài ngày một lần để giúp hương thơm oải hương lan tỏa đều.
g) Sau thời gian truyền, lọc dầu qua rây lưới mịn hoặc vải thưa vào hộp khô, sạch. Điều này sẽ loại bỏ những bông hoa oải hương, để lại cho bạn dầu thấm hoa oải hương.
h) Bảo quản dầu oải hương ở nơi tối, mát mẻ để duy trì độ tươi của nó. Nó sẽ kéo dài trong vài tuần đến vài tháng.
i) Dầu oải hương tự chế rất hữu ích cho nhiều mục đích khác nhau, bao gồm trị liệu bằng hương thơm, mát xa hoặc làm thành phần trong các sản phẩm tắm và chăm sóc cơ thể. Bạn cũng có thể sử dụng nó một cách tiết kiệm trong nấu ăn và nướng bánh để tạo thêm hương hoa tinh tế cho các món ăn và món tráng miệng.

6. Dầu quế tự làm

THÀNH PHẦN:
- 3-4 thanh quế hoặc 2-3 thìa vỏ quế
- 1 chén dầu trung tính (ví dụ dầu hạt nho, dầu hạt cải hoặc dầu cây rum)

HƯỚNG DẪN:
a) Bẻ thanh quế thành từng miếng nhỏ hơn hoặc dùng vỏ quế nếu có.
b) Đặt những thanh quế hoặc mảnh vỏ cây quế đã vỡ vào lọ thủy tinh khô, sạch có nắp đậy kín.
c) Đun nóng dầu trung tính trong chảo hoặc lò vi sóng cho đến khi dầu ấm nhưng không sôi. Bạn có thể hâm nóng trên bếp ở nhiệt độ thấp hoặc cho vào lò vi sóng trong thời gian ngắn.
d) Đổ dầu ấm lên các thanh quế hoặc vỏ cây trong lọ. Đảm bảo quế ngập hoàn toàn trong dầu.
e) Đậy kín lọ bằng nắp.
f) Để bình ở nơi tối, mát trong khoảng 1-2 tuần. Điều này cho phép hương quế ngấm vào dầu.
g) Lắc nhẹ lọ vài ngày một lần để giúp hương quế phân bố đều.
h) Sau thời gian truyền, lọc dầu qua rây lưới mịn hoặc vải thưa vào hộp khô, sạch. Điều này sẽ loại bỏ các mảnh quế, để lại cho bạn dầu quế.
i) Bảo quản dầu quế ở nơi tối, mát mẻ để duy trì độ tươi của nó. Nó sẽ kéo dài trong vài tuần đến vài tháng.
j) Dầu quế tự làm có thể được sử dụng để tạo thêm hương vị ấm áp và cay cho nhiều món ăn, món tráng miệng và đồ uống. Hãy thận trọng khi sử dụng nó, vì nó khá mạnh và có tác dụng lâu dài. Bắt đầu với một lượng nhỏ và thêm nhiều hơn để nếm thử nếu cần.

7.Dầu húng quế tự chế

THÀNH PHẦN:
- 1 chén lá húng quế tươi (rửa sạch và sấy khô)
- 1 chén dầu trung tính (ví dụ dầu hạt nho, dầu hạt cải hoặc dầu cây rum)

HƯỚNG DẪN:
a) Cho lá húng quế tươi vào lọ thủy tinh khô, sạch có nắp đậy kín.
b) Đun nóng dầu trung tính trong chảo hoặc lò vi sóng cho đến khi dầu ấm nhưng không sôi. Bạn có thể hâm nóng trên bếp ở nhiệt độ thấp hoặc cho vào lò vi sóng trong thời gian ngắn.
c) Đổ dầu ấm lên lá húng quế tươi trong lọ. Đảm bảo lá ngập hoàn toàn trong dầu.
d) Đậy kín lọ bằng nắp.
e) Để bình ở nơi tối và mát trong khoảng 1-2 tuần. Điều này cho phép hương vị húng quế ngấm vào dầu.
f) Lắc nhẹ lọ vài ngày một lần để giúp hương húng quế phân bố đều.
g) Sau thời gian truyền, lọc dầu qua rây lưới mịn hoặc vải thưa vào hộp khô, sạch. Điều này sẽ loại bỏ lá húng quế, để lại cho bạn dầu ngâm húng quế.
h) Bảo quản dầu húng quế ở nơi tối, mát mẻ để duy trì độ tươi. Nó sẽ kéo dài trong vài tuần đến vài tháng.
i) Dầu húng quế tự làm có thể được sử dụng để thêm hương vị tươi mát và thảo dược cho nhiều món ăn khác nhau, bao gồm nước sốt salad, nước xốt, mì ống, v.v. Đó là một thành phần linh hoạt để tăng hương vị cho các công thức nấu ăn yêu thích của bạn.

8.Dầu tiêu tự làm

THÀNH PHẦN:
- 1/4 chén hạt tiêu đen hoặc trắng khô
- 1 chén dầu trung tính (ví dụ dầu hạt nho, dầu hạt cải hoặc dầu cây rum)

HƯỚNG DẪN:
a) Cho hạt tiêu đen hoặc trắng khô vào lọ thủy tinh khô, sạch có nắp đậy kín.

b) Đun nóng dầu trung tính trong chảo hoặc lò vi sóng cho đến khi dầu ấm nhưng không sôi. Bạn có thể hâm nóng trên bếp ở nhiệt độ thấp hoặc cho vào lò vi sóng trong thời gian ngắn.

c) Đổ dầu ấm lên hạt tiêu khô trong lọ. Đảm bảo hạt tiêu ngập hoàn toàn trong dầu.

d) Đậy kín lọ bằng nắp.

e) Để bình ở nơi tối và mát trong khoảng 1-2 tuần. Điều này giúp hương vị hạt tiêu ngấm vào dầu.

f) Lắc nhẹ lọ vài ngày một lần để giúp hương vị hạt tiêu phân bố đều.

g) Sau thời gian truyền, lọc dầu qua rây lưới mịn hoặc vải thưa vào hộp khô, sạch. Điều này sẽ loại bỏ hạt tiêu, để lại cho bạn dầu ngấm hạt tiêu.

h) Bảo quản dầu hạt tiêu ở nơi tối, mát mẻ để duy trì độ tươi. Nó sẽ kéo dài trong vài tuần đến vài tháng.

i) Dầu tiêu tự làm có thể được sử dụng để tăng thêm vị cay cho món ăn của bạn. Đó là một thành phần linh hoạt để tăng hương vị của các công thức nấu ăn khác nhau, chẳng hạn như nước sốt salad, nước xốt, món xào hoặc rưới lên các món ăn đã nấu để tăng thêm nhiệt. Hãy thận trọng khi sử dụng nó, vì nó có thể khá mạnh. Bắt đầu với một lượng nhỏ và thêm nhiều hơn để nếm thử nếu cần thiết.

9.Dầu Oregano tự làm

THÀNH PHẦN:
- 1/4 chén lá oregano khô
- 1 chén dầu trung tính (ví dụ dầu hạt nho, dầu hạt cải hoặc dầu cây rum)

HƯỚNG DẪN:
a) Đặt lá oregano khô vào lọ thủy tinh khô, sạch có nắp đậy kín.
b) Đun nóng dầu trung tính trong chảo hoặc lò vi sóng cho đến khi dầu ấm nhưng không sôi. Bạn có thể hâm nóng trên bếp ở nhiệt độ thấp hoặc cho vào lò vi sóng trong thời gian ngắn.
c) Đổ dầu ấm lên lá oregano khô trong lọ. Đảm bảo lá ngập hoàn toàn trong dầu.
d) Đậy kín lọ bằng nắp.
e) Để bình ở nơi tối và mát trong khoảng 1-2 tuần. Điều này cho phép hương vị oregano ngấm vào dầu.
f) Lắc nhẹ lọ vài ngày một lần để giúp phân bổ đều hương vị lá oregano.
g) Sau thời gian truyền, lọc dầu qua rây lưới mịn hoặc vải thưa vào hộp khô, sạch. Thao tác này sẽ loại bỏ lá oregano, để lại dầu có chứa oregano.
h) Bảo quản dầu oregano ở nơi tối, mát mẻ để duy trì độ tươi. Nó sẽ kéo dài trong vài tuần đến vài tháng.
i) Dầu oregano tự làm có thể được sử dụng để thêm hương vị Địa Trung Hải đậm đà vào món ăn của bạn. Đó là một thành phần linh hoạt để tăng hương vị của các công thức nấu ăn khác nhau, bao gồm nước sốt salad, nước xốt, nước sốt, v.v. Sử dụng nó một cách tiết kiệm, vì nó có thể khá mạnh và bắt đầu với một lượng nhỏ, thêm nhiều hơn để nếm thử nếu cần thiết.

10.Dầu húng tây tự chế

THÀNH PHẦN:
- 1/4 chén lá húng tây tươi
- 1 chén dầu trung tính (ví dụ dầu hạt nho, dầu hạt cải hoặc dầu cây rum)

HƯỚNG DẪN:

a) Đặt lá húng tây tươi (hoặc lá húng tây khô) vào lọ thủy tinh khô, sạch có nắp đậy kín.

b) Đun nóng dầu trung tính trong chảo hoặc lò vi sóng cho đến khi dầu ấm nhưng không sôi. Bạn có thể hâm nóng trên bếp ở nhiệt độ thấp hoặc cho vào lò vi sóng trong thời gian ngắn.

c) Đổ dầu ấm lên lá húng tây trong lọ. Đảm bảo lá ngập hoàn toàn trong dầu.

d) Đậy kín lọ bằng nắp.

e) Để bình ở nơi tối và mát trong khoảng 1-2 tuần. Điều này cho phép hương vị húng tây ngấm vào dầu.

f) Lắc nhẹ lọ vài ngày một lần để giúp phân bổ đều hương vị húng tây.

g) Sau thời gian truyền, lọc dầu qua rây lưới mịn hoặc vải thưa vào hộp khô, sạch. Điều này sẽ loại bỏ lá húng tây, để lại cho bạn dầu thấm húng tây.

h) Bảo quản dầu húng tây ở nơi tối, mát mẻ để duy trì độ tươi của nó. Nó sẽ kéo dài trong vài tuần đến vài tháng.

i) Dầu húng tây tự làm có thể được sử dụng để thêm hương vị thảo dược và đất cho nhiều món ăn khác nhau, bao gồm nước sốt salad, nước xốt, thịt quay hoặc rưới lên rau. Hãy lưu ý khi sử dụng vì dầu húng tây có thể khá mạnh. Bắt đầu với một lượng nhỏ và thêm nhiều hơn để nếm thử nếu cần.

11. Dầu gừng tự làm

THÀNH PHẦN:
- 1/4 chén củ gừng tươi (gọt vỏ và thái lát mỏng hoặc xay)
- 1 chén dầu trung tính (ví dụ dầu hạt nho, dầu hạt cải hoặc dầu cây rum)

HƯỚNG DẪN:
a) Gọt vỏ và thái mỏng hoặc xay củ gừng tươi.
b) Đặt gừng thái lát hoặc xay vào lọ thủy tinh khô, sạch có nắp đậy kín.
c) Đun nóng dầu trung tính trong chảo hoặc lò vi sóng cho đến khi dầu ấm nhưng không sôi. Bạn có thể hâm nóng trên bếp ở nhiệt độ thấp hoặc cho vào lò vi sóng trong thời gian ngắn.
d) Đổ dầu ấm lên gừng trong lọ. Đảm bảo gừng ngập hoàn toàn trong dầu.
e) Đậy kín lọ bằng nắp.
f) Để bình ở nơi tối và mát trong khoảng 1-2 tuần. Điều này giúp hương vị gừng ngấm vào dầu.
g) Lắc nhẹ lọ vài ngày một lần để giúp hương gừng phân bố đều.
h) Sau thời gian truyền, lọc dầu qua rây lưới mịn hoặc vải thưa vào hộp khô, sạch. Thao tác này sẽ loại bỏ gừng và để lại dầu gừng.
i) Bảo quản dầu gừng ở nơi tối, mát mẻ để duy trì độ tươi. Nó sẽ kéo dài trong vài tuần đến vài tháng.
j) Dầu gừng tự làm có thể được sử dụng để tăng thêm hương vị đậm đà, cay và ấm cho các món ăn và công thức nấu ăn khác nhau. Đó là một thành phần linh hoạt để tăng hương vị của các món xào, nước xốt, nước sốt salad hoặc rưới lên các món ăn để tăng thêm hương vị gừng. Sử dụng nó một cách tiết kiệm, vì dầu gừng có thể khá mạnh và hãy bắt đầu với một lượng nhỏ, thêm nhiều hơn để nếm thử nếu cần.

12. Dầu hương thảo tự chế

THÀNH PHẦN:
- 1/4 cốc nhánh hương thảo tươi (rửa sạch và sấy khô) hoặc 2-3 thìa lá hương thảo khô
- 1 chén dầu trung tính (ví dụ dầu hạt nho, dầu hạt cải hoặc dầu cây rum)

HƯỚNG DẪN:
a) Nếu sử dụng nhánh hương thảo tươi, hãy đảm bảo chúng sạch và khô hoàn toàn. Nếu sử dụng lá hương thảo khô thì không cần chuẩn bị gì.

b) Đặt nhánh hương thảo tươi hoặc lá hương thảo khô vào lọ thủy tinh khô, sạch có nắp đậy kín.

c) Đun nóng dầu trung tính trong chảo hoặc lò vi sóng cho đến khi dầu ấm nhưng không sôi. Bạn có thể hâm nóng trên bếp ở nhiệt độ thấp hoặc cho vào lò vi sóng trong thời gian ngắn.

d) Đổ dầu ấm lên cây hương thảo trong lọ. Đảm bảo lá hương thảo ngập hoàn toàn trong dầu.

e) Đậy kín lọ bằng nắp.

f) Để bình ở nơi tối và mát trong khoảng 1-2 tuần. Điều này cho phép hương thơm hương thảo ngấm vào dầu.

g) Lắc nhẹ lọ vài ngày một lần để giúp hương thảo lan tỏa đều.

h) Sau thời gian truyền, lọc dầu qua rây lưới mịn hoặc vải thưa vào hộp khô, sạch. Điều này sẽ loại bỏ các nhánh hoặc lá hương thảo, để lại tinh dầu hương thảo.

i) Bảo quản dầu hương thảo ở nơi tối, mát mẻ để duy trì độ tươi của nó. Nó sẽ kéo dài trong vài tuần đến vài tháng.

j) Dầu hương thảo tự làm có thể được sử dụng để tăng thêm hương thơm và hương thảo dược cho nhiều món ăn khác nhau, bao gồm thịt nướng, thịt gia cầm, khoai tây và thậm chí dùng làm nước chấm cho bánh mì hoặc rau. Sử dụng nó một cách tiết kiệm, vì dầu hương thảo có thể khá mạnh. Bắt đầu với một lượng nhỏ và thêm nhiều hơn để nếm thử nếu cần thiết.

13. Dầu bạch đậu khấu tự làm

THÀNH PHẦN:
- 1-2 thìa canh vỏ bạch đậu khấu nghiền hoặc xay (dùng cối và chày hoặc máy xay cà phê để nghiền nát vỏ)
- 1 chén dầu trung tính (ví dụ dầu hạt nho, dầu hạt cải hoặc dầu cây rum)

HƯỚNG DẪN:
a) Nghiền hoặc xay vỏ quả bạch đậu khấu để giải phóng hương vị của chúng. Bạn có thể sử dụng cả quả bạch đậu khấu hoặc mua chúng ở dạng xay sẵn.
b) Đặt vỏ bạch đậu khấu đã nghiền hoặc nghiền vào lọ thủy tinh khô, sạch có nắp đậy kín.
c) Đun nóng dầu trung tính trong chảo hoặc lò vi sóng cho đến khi dầu ấm nhưng không sôi. Bạn có thể hâm nóng trên bếp ở nhiệt độ thấp hoặc cho vào lò vi sóng trong thời gian ngắn.
d) Đổ dầu ấm lên bạch đậu khấu đã nghiền hoặc xay trong lọ. Đảm bảo bạch đậu khấu ngập hoàn toàn trong dầu.
e) Đậy kín lọ bằng nắp.
f) Để bình ở nơi tối và mát trong khoảng 1-2 tuần. Điều này cho phép hương vị bạch đậu khấu ngấm vào dầu.
g) Lắc nhẹ lọ vài ngày một lần để giúp hương vị bạch đậu khấu phân bố đều.
h) Sau thời gian truyền, lọc dầu qua rây lưới mịn hoặc vải thưa vào hộp khô, sạch. Điều này sẽ loại bỏ các mảnh bạch đậu khấu, để lại cho bạn dầu ngâm bạch đậu khấu.
i) Bảo quản dầu bạch đậu khấu ở nơi tối, mát mẻ để duy trì độ tươi của nó. Nó sẽ kéo dài trong vài tuần đến vài tháng.

BỮA SÁNG

14. Bánh mì nướng kiểu Pháp sốt táo việt quất

Làm: 8 miếng

THÀNH PHẦN:
- 1 cốc quả nam việt quất khô
- 1/2 cốc nước ép (có thể dùng nước ép nho, táo hoặc cam)
- 1 cốc bảo quản quả mọng
- 1 quả táo Granny Smith lớn, xắt nhỏ
- 4 giọt tinh dầu cam (chia)
- 3 giọt tinh dầu vỏ quế (chia)
- 3 quả trứng
- 3/4 cốc sữa
- 1/2 chén bơ tan chảy
- 1/2 muỗng cà phê chiết xuất vani
- 1 giọt tinh dầu nhục đậu khấu
- 1 giọt tinh dầu đinh hương
- 1 giọt tinh dầu gừng
- 8 lát bánh mì lớn hoặc 12 lát bánh mì thông thường

HƯỚNG DẪN:
a) Trong một cái chảo nhỏ bằng thép không gỉ, trộn quả nam việt quất, nước trái cây, chất bảo quản và táo. Nấu trên lửa nhỏ cho đến khi hỗn hợp sôi nhẹ. Tắt bếp và khuấy đều 2 giọt tinh dầu cam và 1 giọt tinh dầu vỏ quế. Để qua một bên.
b) Làm nóng vỉ nướng đến 375 độ.
c) Trong một đĩa thủy tinh hoặc gốm nông, trộn trứng, sữa, bơ, vani, tinh dầu nhục đậu khấu, tinh dầu đinh hương, tinh dầu gừng, cùng với 2 giọt tinh dầu vỏ quế và 2 giọt tinh dầu cam. Khuấy đều bằng máy đánh trứng.
d) Nhúng bánh mì vào hỗn hợp trứng và để phần thừa chảy ra trước khi nướng trên vỉ nướng.
e) Lật từng lát và nướng khoảng 3-4 phút mỗi mặt cho đến khi chúng có màu nâu vàng đậm.
f) Múc hỗn hợp táo lên trên và dùng ngay.

15. Bánh nướng bạch đậu khấu việt quất

Tạo ra: 12

THÀNH PHẦN:
- 3 chén bột mì đa dụng
- 1/3 chén đường
- 1 muỗng canh bột nở
- 1 muỗng cà phê muối
- 12 muỗng canh bơ (cắt thành từng miếng)
- 1 lít quả việt quất
- 3/4 cốc sữa (dành thêm 2 muỗng canh)
- 2 giọt tinh dầu bạch đậu khấu
- 2 giọt tinh dầu gừng
- 2 muỗng canh đường turbinado (để rắc)

HƯỚNG DẪN:

a) Làm nóng lò ở nhiệt độ 375°F. Lót một tờ giấy da vào khay nướng có viền.

b) Trong một tô trộn lớn, trộn bột mì, đường, bột nở và muối. Cắt các miếng bơ bằng máy xay bánh ngọt hoặc hai con dao. Cho quả việt quất vào.

c) Đong sữa rồi thêm 2 giọt tinh dầu bạch đậu khấu và 2 giọt tinh dầu gừng vào.

d) Đổ sữa vào bột và khuấy nhẹ nhàng để kết hợp. Nếu một số quả việt quất 'bật' và tiết ra một ít chất lỏng thì không sao. Thêm một ít bột mì nếu cần để bột không bị dính.

e) Chia bột thành hai nửa và tạo thành một 'đĩa' 6 inch. Cắt mỗi đĩa thành 6 chiếc bánh nướng hình tam giác.

f) Đặt bánh nướng lên khay nướng có lót giấy da. Rắc một ít đường turbinado lên mỗi chiếc bánh nướng.

g) Nướng trong lò làm nóng trước từ 25 đến 30 phút hoặc cho đến khi bánh nướng vàng ở trên. Thưởng thức!

16. Trà Chai Latte Tinh Dầu Sả

Tạo ra: 1

THÀNH PHẦN:
- 8 ounce trà Chai đã pha hoặc hỗn hợp trà Chai
- 1 giọt tinh dầu sả
- 1 giọt tinh dầu gừng
- 1 giọt tinh dầu bạch đậu khấu
- 2 muỗng canh sữa (tùy chọn)

HƯỚNG DẪN:

a) Pha hoặc trộn trà Chai của bạn trong cốc thủy tinh. Thêm sữa ưa thích nếu bạn muốn pha cà phê.

b) Thêm 1 giọt tinh dầu sả vào và khuấy nhẹ.

c) Tùy chọn: thêm 1 giọt tinh dầu thảo quả và/hoặc 1 giọt tinh dầu Gừng để tăng hương vị. Hãy thưởng thức Chai Tea Latte với Tinh dầu Sả!

17. Bánh mì thảo mộc với tinh dầu hương thảo

THÀNH PHẦN:
- 4 chén bột mì
- 1 thìa cà phê muối
- 2 thìa cà phê bột nở
- ½ cốc sữa
- 1 cốc bơ, tan chảy
- 2 giọt tinh dầu hương thảo
- Thảo dược húng tây khô

HƯỚNG DẪN:
a) Làm nóng lò ở nhiệt độ 450°F và bôi mỡ lên khay nướng.
b) Khuấy đều bột mì, muối, bột nở, sữa, bơ tan chảy, thảo mộc khô và tinh dầu hương thảo.
c) Nhào bột cho đến khi mịn.
d) Cán bột và cắt thành hình tam giác 6 inch. Chải với bơ tan chảy.
e) Nướng trong 15 phút hoặc cho đến khi có màu vàng nâu.

18. Bánh nướng xốp việt quất cam với tinh dầu

THÀNH PHẦN:
- ½ chén bơ, làm mềm
- ½ cốc mật ong
- 3 quả trứng lớn
- 1 cốc nước cam
- 1½ chén bột mì
- 1½ muỗng cà phê bột nở
- ½ muỗng cà phê quế xay ¼ muỗng cà phê nước cốt chanh
- 1 cốc quả việt quất 1½ cốc dừa
- ½ muỗng cà phê tinh dầu cam rừng

HƯỚNG DẪN:
a) Làm nóng lò ở nhiệt độ 350°F.
b) Đánh bông bơ và mật ong bằng máy trộn.
c) Thêm trứng, nước cam và tinh dầu Cam rừng vào rồi trộn đều.
d) Thêm các thành phần khô và trộn kỹ.
e) Cho quả việt quất, 1 cốc dừa và nước cốt chanh vào.
f) Lót khuôn bánh muffin và đổ bột vào.
g) Đổ ½ cốc dừa còn lại lên trên. (Nếu không thích dừa, bạn cũng có thể dùng hạnh nhân cắt lát.)
h) Nướng trong 30–40 phút. Để nguội và thưởng thức!

19. Trứng quỷ

Làm: 12 miếng

THÀNH PHẦN:
- 6 quả trứng lớn
- 1 1/2 muỗng canh sốt mayonnaise
- 1 muỗng canh mù tạt Dijon
- 1-2 giọt tinh dầu thì là
- 1 nhúm muối
- 1 nhúm hạt tiêu
- ớt bột (trang trí)
- cỏ thì là khô (trang trí)

HƯỚNG DẪN:

a) Đặt trứng vào Instant Pot trên giá ba chân hoặc giỏ hấp bằng thép không gỉ. Thêm 1 cốc nước. Đặt ở chế độ STEAM trong 6 phút.

b) Sau khi đồng hồ hẹn giờ tắt, hãy để áp suất xả tự nhiên trong 6 phút.

c) Cẩn thận lấy trứng ra khỏi nồi và cho vào tô nước đá cho đến khi nguội hoặc khoảng 6 phút. Để trứng nguội hoàn toàn trong tủ lạnh trong một giờ.

d) Khi trứng nguội, cắt chúng làm đôi theo chiều dọc. Múc lòng đỏ ra và đặt sang một bên.

e) Nghiền lòng đỏ trứng bằng nĩa. Thêm sốt mayonnaise, mù tạt, thì là Tinh dầu, muối và hạt tiêu cho vừa ăn.

f) Trộn cho đến khi mịn bằng thìa hoặc máy chế biến thực phẩm.

g) Thêm hỗn hợp lòng đỏ vào túi bánh ngọt hoặc túi ziplock và xoáy để lấp đầy khoang lòng trắng trứng.

h) Trang trí bằng một ít thì là và ớt bột (tùy chọn).

20. Bánh mì bí đỏ

Làm: 8 ổ bánh mì

THÀNH PHẦN:
- 3 1/2 chén bột mì đa dụng
- 1 thìa cà phê muối
- 2 thìa cà phê baking soda
- 1 thìa cà phê bột nở
- 2 3/4 chén đường
- 1/2 chén dầu dừa
- 8 muỗng canh bơ không muối, làm mềm
- 15 oz bí ngô nguyên chất xay nhuyễn (không có nhân bánh có hương vị)
- 4 quả trứng lớn
- 1/3 cốc nước
- 1 cốc sữa chua nguyên chất
- 2 giọt tinh dầu vỏ quế
- 1 giọt tinh dầu đinh hương
- 2 giọt tinh dầu nhục đậu khấu
- 1 giọt tinh dầu gừng
- 4 giọt tinh dầu chanh

HƯỚNG DẪN:

a) Làm nóng lò ở nhiệt độ 325 độ. Xịt chảo bằng bình xịt nấu ăn chống dính.

b) Trong một bát nhỏ, trộn bột mì, muối, baking soda, bột nở và đường. Khuấy và đặt sang một bên.

c) Trong một bát trộn, trộn dầu dừa, bơ, bí ngô nghiền nhuyễn, trứng, nước, sữa chua và tất cả các loại tinh dầu. Pha trộn cho đến khi kết hợp.

d) Để máy trộn ở mức thấp, từ từ thêm nguyên liệu khô vào nguyên liệu ướt. Thường xuyên cạo các mặt để đảm bảo tất cả các nguyên liệu đã hòa quyện vào nhau. Khi chúng đã hòa quyện, hãy chuyển máy trộn sang mức trung bình và trộn ở mức trung bình trong hai phút cho đến khi hỗn hợp nhẹ và mịn.

e) Chia đều bột vào các khay bánh mì. Đặt những chiếc chảo nhỏ đã đầy lên một tấm bánh quy lớn để dễ dàng chuyển chúng vào và ra khỏi lò.

a) Nướng trong 43 – 48 phút hoặc cho đến khi dùng tăm rút ra sạch giữa bánh. (Chảo ổ bánh mì mini dùng một lần mất khoảng 5

21. Việt quất và chanh bánh quế dầu

THÀNH PHẦN:
- 2 chén bột mì đa dụng
- 2 muỗng canh đường cát
- 1 muỗng canh bột nở
- ½ muỗng cà phê muối
- 1 giọt tinh dầu chanh
- 2 quả trứng lớn
- 1¾ cốc sữa
- ⅓ cốc bơ không muối, đun chảy
- 1 muỗng cà phê chiết xuất vani
- 1 cốc quả việt quất tươi

HƯỚNG DẪN:

a) Làm nóng trước bàn ủi bánh quế của bạn theo hướng dẫn của nhà sản xuất.

b) Trong một tô trộn lớn, trộn đều bột mì, đường, bột nở, muối và tinh dầu chanh.

c) Trong một bát riêng, đánh trứng. Thêm sữa, bơ tan chảy và chiết xuất vani vào. Đánh đều cho đến khi kết hợp tốt.

d) Đổ nguyên liệu ướt vào nguyên liệu khô và khuấy đều cho đến khi vừa kết hợp. Đừng trộn quá kỹ; vài cục là được.

e) Nhẹ nhàng gấp quả việt quất tươi vào bột.

f) Bôi nhẹ bàn ủi bánh quế bằng bình xịt nấu ăn hoặc phết bơ tan chảy lên bàn ủi.

g) Đổ bột vào khuôn làm bánh quế đã được làm nóng trước, sử dụng lượng bột được khuyến nghị tùy theo kích cỡ khuôn làm bánh quế của bạn.

h) Đậy nắp và nấu cho đến khi bánh quế có màu vàng nâu và giòn.

i) Cẩn thận lấy bánh quế ra khỏi bàn ủi và chuyển chúng lên giá lưới để nguội một chút.

j) Lặp lại quá trình với phần bột còn lại cho đến khi tất cả bánh quế được nấu chín.

22.Bánh sừng bò chanh việt quất

THÀNH PHẦN:
- Bột bánh sừng bò cơ bản
- ½ cốc quả việt quất
- 2 muỗng canh đường cát
- 1 muỗng canh bột bắp
- 1 giọt tinh dầu chanh
- 1 quả trứng đánh với 1 thìa nước

HƯỚNG DẪN:
a) Cán bột bánh sừng bò thành hình chữ nhật lớn.
b) Trong một bát nhỏ, trộn quả việt quất, đường, bột ngô và tinh dầu chanh.
c) Trải đều hỗn hợp việt quất lên bề mặt bột.
d) Cắt bột thành hình tam giác.
e) Cuộn từng hình tam giác thành hình bánh sừng bò.
f) Đặt bánh sừng bò lên khay nướng có lót giấy lót, phết nước rửa trứng và để bột nở trong 1 giờ.
g) Làm nóng lò ở nhiệt độ 400°F (200°C) và nướng bánh sừng bò trong 20-25 phút cho đến khi có màu vàng nâu.

23. bánh nướng xốp chanh

Tạo ra: 6

THÀNH PHẦN:
- 1 quả trứng
- 1 cốc Carbquik
- 2 muỗng canh Splenda (hoặc nếm thử)
- 1 muỗng cà phê vỏ chanh bào
- 1 giọt tinh dầu chanh
- ⅛ cốc nước
- 1 muỗng canh dầu
- 1 muỗng canh hạt anh túc (tùy chọn)
- 1 thìa cà phê bột nở
- Một nhúm muối

HƯỚNG DẪN:

a) Làm nóng lò nướng của bạn: Làm nóng lò nướng của bạn ở nhiệt độ 400°F (200°C). Đặt một cốc nướng giấy vào mỗi 6 cốc muffin cỡ thường hoặc chỉ bôi mỡ vào đáy cốc muffin.

b) Trong một chiếc bát cỡ vừa, đánh nhẹ trứng. Sau đó cho Carbquik, Splenda, vỏ chanh bào sợi, tinh dầu chanh, nước, dầu, hạt anh túc (nếu dùng) vào khuấy đều, bột nở và một chút muối. Khuấy cho đến khi hỗn hợp vừa đủ ẩm; đừng trộn quá nhiều.

c) Chia đều bột bánh muffin vào các cốc bánh muffin đã chuẩn bị sẵn.

d) Nướng bánh nướng xốp trong lò làm nóng trước từ 15 đến 20 phút hoặc cho đến khi mặt trên có màu vàng nâu. Hãy để ý đến chúng vào cuối thời gian nướng để tránh nướng quá kỹ.

e) Sau khi hoàn tất, lấy bánh nướng xốp ra khỏi lò và để chúng nguội trong cốc làm bánh nướng xốp trong vài phút.

f) Chuyển bánh nướng xốp sang giá lưới để nguội hoàn toàn.

MÓN ĂN VÀ MÓN KHAI THÁC

24. Bánh quy gừng ngày lễ

Làm: 3 chục

THÀNH PHẦN:
- 1 1/2 chén bơ
- 2 cốc đường
- 2 quả trứng
- 1/2 chén mật đường
- 2 giọt tinh dầu vỏ quế
- 2 giọt tinh dầu đinh hương
- 4 giọt tinh dầu gừng
- 4 chén bột mì
- 4 muỗng cà phê baking soda
- 1 muỗng cà phê muối
- Đường thô để phủ

HƯỚNG DẪN:
a) Trong máy trộn đứng hoặc tô trộn lớn, đánh bơ và đường. Khuấy trứng và mật đường cho đến khi tạo thành bột nhão.
b) Thêm những giọt tinh dầu vỏ quế, đinh hương và gừng vào bột ướt và khuấy đều.
c) Trong một tô trộn, trộn bột mì, baking soda và muối. Thêm nguyên liệu khô vào nguyên liệu ướt và trộn cho đến khi tạo thành bột cứng.
d) Đậy nắp và để trong tủ lạnh ít nhất 1 giờ.
e) Lò nung nóng đến 350.
f) Tạo bột bánh quy thành những quả bóng 1 1/2 inch và lăn trong đường thô.
g) Đặt trên khay nướng và nướng trong vòng 10 đến 12 phút hoặc cho đến khi mềm và dai.
h) Phục vụ bánh gừng ngày lễ.

25. Bánh quy quế cam

Tạo ra: 15

THÀNH PHẦN:
- 2 1/2 chén bột mì đa dụng
- 1/2 chén bột bắp (cộng thêm để cán)
- 4 ½ muỗng cà phê bột nở
- ½ muỗng cà phê muối
- ½ chén bơ mặn lạnh
- 1 cốc sữa chua nguyên chất béo
- 2 thìa cà phê chiết xuất vani + 1/2 thìa cà phê (chia)
- 1 trứng lớn
- 6 giọt tinh dầu quýt
- 6 giọt tinh dầu chanh
- 2 muỗng canh bơ (làm mềm)
- 1/4 cốc đường
- 2 thìa cà phê quế xay
- 2 thìa sữa nguyên chất
- 10 giọt tinh dầu cam
- 1 chén đường bột

HƯỚNG DẪN:

a) Làm nóng lò ở nhiệt độ 450 độ. Lót khay nướng bằng giấy da hoặc tấm lót nướng.

b) Trong máy xay thực phẩm, trộn bột mì, bột bắp, bột nở và muối. Xung bộ xử lý thực phẩm để kết hợp.

c) Thêm 1/2 cốc bơ lạnh vào thành 4 – 5 miếng. Xung khoảng 10 giây cho đến khi bột trông có vẻ vụn và bơ được phân bố đều thành từng cục nhỏ trong hỗn hợp bột. Nó sẽ trông hơi sần sùi và bột nhão.

d) Cho sữa chua, 2 thìa cà phê vani, trứng và tinh dầu quýt, chanh vào máy xay thực phẩm. Nhồi cho đến khi khối bột hình thành và tụ lại dọc theo thành bát.

e) Lấy bánh ra khỏi tô lên bề mặt cán có phủ nhẹ một lớp bột ngô. Nhào bột vài lần, lật mặt bột lại khoảng 6 – 10 lần. Đừng làm bột quá nhiều bằng tay. Điều này sẽ làm nóng bột và làm bơ tan chảy. Điều này sẽ tạo ra những chiếc bánh quy không hoàn hảo.

f) Dùng cây cán bột cán thành hình chữ nhật 9x15. Nó sẽ dày khoảng ¾ inch.

g) Trải 2 thìa bơ đã làm mềm lên hình chữ nhật bột. Rắc đường và quế lên trên bơ.

h) Cuộn mặt dài của miếng bột lại với hỗn hợp bơ ở bên trong. Bạn sẽ có được một khúc gỗ 15 inch. Cắt thành 15 phần (mỗi phần khoảng 1 inch).

i) Nướng trên giá giữa ở nhiệt độ 450 độ trong 10 phút cho đến khi bánh quy có màu nâu nhạt.

j) Trong khi bánh nguội, trộn đều sữa, 1/2 thìa cà phê chiết xuất vani, tinh dầu cam và đường bột vào một cái bát nhỏ. Khuấy cho đến khi không còn vón cục. Nhúng bánh quy vào men và để yên trong 5 phút trước khi dùng.

26. Vỏ sô cô la bạc hà

Tạo ra: 12

THÀNH PHẦN:
- 24 oz sô-cô-la trắng vụn hoặc miếng nhỏ
- 24 oz sôcôla đen hoặc khối nhỏ
- 10 cây kẹo bạc hà nghiền nát
- 10-12 giọt tinh dầu bạc hà
- giấy sáp
- túi giấy bóng kính

HƯỚNG DẪN:

a) Trong nồi hơi đôi, làm tan chảy sô cô la đen. Nếu bạn không có, hãy đặt sô cô la đen vào tô trộn thủy tinh và đặt vừa khít lên trên nồi nước. Để nước sôi và sô cô la tan chảy. Khuấy để kết hợp.

b) sô-cô-la tan chảy vỏ cây bạc hà

c) Đổ sô cô la đen lên khay nướng có lót giấy da. Trải đều. Để nguội trong tủ lạnh.

d) vỏ cây bạc hà sô cô la nhiều lớp

e) Trong khi sô cô la đen nguội đi, hãy làm tan chảy sô cô la trắng trong nồi hơi đôi hoặc sử dụng phương pháp bát thủy tinh. Loại bỏ khỏi nhiệt. Để yên trong 2 phút và thêm tinh dầu.

f) Lấy sô cô la đen ra khỏi tủ lạnh. Rải sô cô la trắng tan chảy trực tiếp lên trên và làm mịn các cạnh. Đặt lại vào tủ lạnh trong 5 phút.

g) vỏ cây bạc hà sô cô la đen trắng

h) Trải những cây kẹo vụn vào sô-cô-la trắng và nhẹ nhàng ấn chúng xuống. Để nguội trong tủ lạnh cho đến khi đông lại hoàn toàn.

i) Cắt vỏ cây thành từng miếng 2-3 inch.

27. Bánh Brownie cắn bạc hà

Tạo ra: 24

THÀNH PHẦN:
- 6 thìa bơ tan chảy
- 2 muỗng canh dầu dừa tan chảy
- 2/3 cốc bột cacao
- 1 cốc đường
- 1 thìa cà phê vani
- 2 quả trứng lớn
- 2/3 chén bột mì đa dụng
- 3 giọt tinh dầu bạc hà
- Chảo muffin nhỏ

HƯỚNG DẪN:
a) Đặt trứng vào cốc nước ấm (không nóng) để giúp trứng đạt đến nhiệt độ phòng. Điều này sẽ giúp chúng dễ dàng trộn vào bột mà không làm dầu dừa đông đặc.
b) Làm nóng lò ở nhiệt độ 325 độ.
c) Chuẩn bị chảo muffin mini của bạn bằng cách xịt bình xịt nấu ăn hoặc sử dụng chảo chống dính silicon.
d) Trong một tô vừa, trộn bơ, dầu dừa, bột ca cao, đường và vani. Khuấy đều để kết hợp kỹ lưỡng.
e) Lấy trứng ra khỏi nước và đập vào tô. Khuấy trứng và đánh khoảng 30 giây để chúng hòa quyện vào nhau.
f) Khuấy bột và trộn đều cho đến khi kết hợp. Thêm tinh dầu bạc hà và khuấy đều.
g) Múc bột vào các cốc nướng đã chuẩn bị sẵn. Nếu bạn sử dụng silicone, hãy nhớ đặt một tấm nướng bánh bên dưới để giữ cho nó ổn định khi bạn di chuyển vào và ra khỏi lò.
h) Nướng ở nhiệt độ 325 độ trong 8 - 11 phút hoặc cho đến khi thử tăm thấy có vài mẩu vụn ẩm. Đừng nướng quá chín.
i) Lấy ra khỏi chảo và để nguội trước khi thưởng thức với một bát kem hoặc một mình!

28. Churros chanh

THÀNH PHẦN:

- 1 ly nước
- 2 thìa đường
- ½ muỗng cà phê muối
- 2 muỗng canh dầu thực vật
- 1 cốc bột mì đa dụng
- 1 giọt tinh dầu chanh
- Dầu thực vật để chiên
- ¼ chén đường (để phủ)
- 1 muỗng cà phê quế xay (để phủ)
- men chanh (làm bằng đường bột và tinh dầu chanh)

HƯỚNG DẪN:

a) Trong một cái chảo, trộn nước, đường, muối và dầu thực vật. Mang hỗn hợp trên vào đun sôi.

b) Nhấc chảo ra khỏi bếp rồi thêm bột mì và tinh dầu chanh vào. Khuấy cho đến khi hỗn hợp tạo thành một khối bột.

c) Đun nóng dầu thực vật trong chảo sâu lòng hoặc nồi trên lửa vừa.

d) Chuyển bột vào túi bắt kem có đầu hình ngôi sao.

e) Đổ bột vào dầu nóng, dùng dao hoặc kéo cắt thành những đoạn dài 4-6 inch.

f) Chiên cho đến khi vàng nâu các mặt, thỉnh thoảng quay mặt.

g) Loại bỏ churros khỏi dầu và để ráo trên khăn giấy.

h) Trong một bát riêng, trộn đường và quế. Cuộn churros trong hỗn hợp đường quế cho đến khi phủ đều.

i) Rưới men chanh lên bánh churros.

29.Bánh quy xoắn chanh Jalapeño

Tạo ra: 24

THÀNH PHẦN:
- 1 muỗng canh dầu ô liu
- 3 quả jalapeños, bỏ hạt và thái nhỏ
- Muối kosher
- 2 gói bánh quy xoắn (4 ounce)
- 4 ounce kem phô mai, ở nhiệt độ phòng
- ½ muỗng cà phê vỏ chanh bào mịn
- 1 muỗng canh tinh dầu chanh
- Một chút nước sốt nóng
- 1 ounce Cheddar màu cam cực sắc, xay thô (khoảng ⅓ cốc), cộng thêm để rắc
- 1 củ hành lá, thái nhỏ, thêm nhiều hơn nữa để rắc

HƯỚNG DẪN:

a) Làm nóng lò ở nhiệt độ 400°F. Dòng một tấm nướng bánh bằng giấy giấy da.

b) Đun nóng chảo vừa trên lửa vừa. Thêm dầu ô liu, tiếp theo là ớt jalapeños và ¼ thìa cà phê muối. Nấu, thỉnh thoảng khuấy cho đến khi ớt jalapeños vừa mềm, mất khoảng 2 phút. Loại bỏ khỏi nhiệt.

c) Trong khi đó, dùng dao gọt và làm theo một góc, loại bỏ phần trên của mỗi chiếc bánh quy xoắn, để lại một lỗ hở 1 inch. dùng ngón cái ấn vào trong và xung quanh để ấn một số bánh quy xuống và tạo một lỗ mở lớn hơn.

d) Trong một cái bát, trộn kem phô mai, nước cốt chanh và nước sốt nóng. gấp jalapeños, cheddar và hành lá. chuyển hỗn hợp vào một túi nhựa có thể khóa lại.

e) Cắt góc túi và cho vào từng chiếc bánh quy xoắn. chuyển sang khay nướng đã chuẩn bị sẵn, rắc thêm phô mai và nướng cho đến khi phô mai tan chảy, từ 5 đến 6 phút. rắc hành lá trước khi dùng, nếu muốn.

30. Bars chanh

THÀNH PHẦN:
ĐỐI VỚI LỚP VỎ:
- 1 cốc (2 que) bơ không muối, làm mềm
- ½ chén đường cát
- 2 chén bột mì đa dụng
- Chút muối

ĐỐI VỚI NHIỀU TRÁI CÂY:
- 4 quả trứng lớn
- 2 cốc đường cát
- ⅓ chén bột mì đa dụng
- 3 giọt tinh dầu chanh
- Vỏ của 2 quả chanh
- Đường bột (để rắc)

HƯỚNG DẪN:
ĐỐI VỚI LỚP VỎ:
a) Làm nóng lò nướng của bạn ở nhiệt độ 350°F (175°C). Bôi mỡ vào đĩa nướng 9x13 inch.
b) Trong một tô trộn, trộn bơ đã làm mềm và đường cát với nhau.
c) Dần dần thêm bột mì và muối, trộn cho đến khi tạo thành một khối bột nhão.
d) Ấn đều bột vào đáy đĩa nướng đã chuẩn bị sẵn.
e) Nướng trong lò làm nóng trước trong 15-20 phút hoặc cho đến khi các cạnh có màu vàng nhạt. Lấy ra khỏi lò và để một bên.

ĐỐI VỚI NHIỀU TRÁI CÂY:
f) Trong một bát riêng, đánh trứng, đường cát, bột mì, tinh dầu chanh và vỏ chanh cho đến khi hòa quyện.
g) Đổ hỗn hợp chanh lên lớp vỏ nướng.
h) Cho đĩa trở lại lò nướng và nướng thêm 20-25 phút hoặc cho đến khi phần nhân chanh đông lại và không còn rung lắc khi bạn lắc nhẹ chảo.
i) Để các thanh chanh nguội hoàn toàn trong chảo.
j) Sau khi nguội, rắc đường bột lên trên và cắt thành hình vuông.

31. bánh chanh

Làm: Khoảng 1 khẩu phần

THÀNH PHẦN:
- 2½ cốc đường
- 1 cốc rút ngắn
- 2 muỗng canh Bakers Amoniac
- 1 muỗng cà phê dầu chanh
- 2 quả trứng
- 2 thìa sữa (mới)
- 1 lít sữa (mới)
- Bột mì

HƯỚNG DẪN:
a) Bắt đầu bằng cách ngâm amoniac của thợ làm bánh qua đêm trong một lít sữa.
b) Trong một bát riêng, đánh trứng riêng và thêm 2 thìa sữa vào lòng đỏ.
c) Trong một tô trộn lớn, trộn đường, mỡ, ngâm amoniac, dầu chanh và trứng đã đánh với sữa.
d) Dần dần thêm đủ bột để làm cho bột cứng.
e) Cán bột mỏng và dùng nĩa đâm thật kỹ.
f) Nướng, nhưng không có nhiệt độ hoặc thời gian nướng cụ thể được cung cấp trong công thức ban đầu. Bạn có thể thử nướng chúng ở nhiệt độ 425°F (220°C) cho đến khi chúng chuyển sang màu nâu vàng. Hãy để ý đến chúng để tránh nướng quá mức.

32. Khoai tây chiên Pita tiêu chanh

THÀNH PHẦN:
- 4 vòng bánh mì pita
- 2 muỗng canh dầu ô liu
- 1 giọt tinh dầu chanh
- 1 thìa cà phê tiêu đen
- ½ muỗng cà phê muối

HƯỚNG DẪN:
a) Làm nóng lò ở nhiệt độ 375°F (190°C).
b) Cắt bánh mì pita thành những hình tam giác nhỏ hoặc hình dạng mong muốn.
c) Trong một bát nhỏ, trộn dầu ô liu, dầu chanh, hạt tiêu đen và muối.
d) Quét hỗn hợp dầu ô liu lên cả hai mặt của hình tam giác pita.
e) Xếp các hình tam giác pita lên khay nướng có lót giấy da.
f) Nướng trong 10-12 phút hoặc cho đến khi giòn và vàng nhẹ.
g) Để khoai tây chiên giòn nguội trước khi dùng.

33. bánh hạnh nhân chanh

THÀNH PHẦN:
- 1 cốc bơ không muối, tan chảy
- 2 cốc đường cát
- 4 quả trứng lớn
- 1 muỗng cà phê chiết xuất vani
- 1 muỗng canh vỏ chanh
- 2 giọt tinh dầu chanh
- 1 ½ chén bột mì đa dụng
- ½ muỗng cà phê muối
- ½ chén đường bột (để rắc đường)

HƯỚNG DẪN:
a) Làm nóng lò ở nhiệt độ 350°F và bôi mỡ lên đĩa nướng 9x13 inch.
b) Trong một tô lớn, trộn bơ tan chảy và đường cát cho đến khi hòa quyện.
c) Thêm trứng, chiết xuất vani, vỏ chanh và tinh dầu chanh vào, khuấy đều cho đến khi mịn.
d) Trong một bát riêng, trộn bột mì và muối.
e) Dần dần thêm các thành phần khô vào các thành phần ướt, trộn cho đến khi vừa kết hợp.
f) Đổ bột vào đĩa nướng đã chuẩn bị sẵn và trải đều.
g) Nướng trong 25-30 phút, hoặc cho đến khi cắm một cây tăm vào giữa và thấy một ít vụn bánh ẩm.
h) Để bánh hạnh nhân nguội hoàn toàn.
i) Rắc đường bột lên trên.
j) Cắt thành hình vuông và phục vụ.

34. Thanh chanh nhỏ

THÀNH PHẦN:
- 1 cốc bột mì đa dụng
- ¼ chén đường bột
- ½ chén bơ không muối, làm mềm
- 2 quả trứng lớn
- 1 cốc đường cát
- 2 muỗng canh bột mì đa dụng
- ¼ thìa cà phê bột nở
- 2 giọt tinh dầu chanh
- Vỏ của 1 quả chanh
- Đường bột (để rắc)

HƯỚNG DẪN:
a) Làm nóng lò ở nhiệt độ 350°F (175°C).
b) Trong tô trộn, trộn 1 cốc bột mì, ¼ cốc đường bột và bơ đã làm mềm cho đến khi vụn.
c) Nhấn hỗn hợp vào đáy chảo nướng 8x8 inch đã bôi mỡ.
d) Nướng lớp vỏ trong 15-20 phút hoặc cho đến khi có màu vàng nhạt.
e) Trong một tô khác, đánh trứng, đường cát, 2 thìa bột mì, bột nở, tinh dầu chanh và vỏ chanh cho đến khi hòa quyện.
f) Đổ hỗn hợp chanh lên lớp vỏ nướng.
g) Nướng thêm 20-25 phút hoặc cho đến khi mặt trên chín và có màu nâu nhạt.
h) Để những thanh chanh mini nguội hoàn toàn, sau đó cắt chúng thành những miếng vuông vừa ăn.
i) Rắc đường bột lên trên bề mặt trước khi dùng.

35.Nấm Truffle chanh

THÀNH PHẦN:
- 26 ounce sôcôla trắng, chia
- 6 thìa bơ
- 1 muỗng canh vỏ chanh
- 1 giọt tinh dầu chanh
- ⅓ thìa cà phê axit tartaric Chúm muối
- 2 thìa mứt dâu

HƯỚNG DẪN:

a) Làm nóng tất cả sô cô la trắng bằng phương pháp ở đây và xác minh rằng bạn có tính khí tốt bằng cách bôi một chút sô cô la lên quầy.

b) Điều này sẽ được thiết lập trong vòng 2 phút. Đặt 16 ounce sang một bên.

c) Làm mềm bơ trong lò vi sóng rồi nhào trong gối giấy da cho đến khi bơ ấm và có độ đặc như kem dưỡng da mặt.

d) Trộn bơ với 10 ounce sô-cô-la đã ủ cho đến khi hỗn hợp hòa quyện và trông mượt mà.

e) Thêm các thành phần còn lại và khuấy đều.

f) Đổ ganache vào khuôn vuông 1 inch.

g) Để trên quầy hoặc để trong tủ lạnh khoảng 20 phút cho cứng lại.

h) Chúng đã sẵn sàng để nhúng khi ganache đã ra khỏi khuôn sạch sẽ.

i) Sử dụng một chiếc nĩa nhúng hai ngạnh, nhúng nấm cục vào 16 ounce sô-cô-la trắng đã ủ còn lại.

j) Trang trí bằng cách phết bơ ca cao màu hồng và vàng lên trên từng viên nấm truffle trước khi nhúng viên tiếp theo.

k) Để ở nơi mát mẻ trong 10 đến 20 phút trước khi tháo tấm chuyển ra.

l) Bảo quản tối đa 3 tuần ở nhiệt độ phòng ở nơi tối, tránh xa mùi hương và nhiệt độ.

MÓN CHÍNH

36. Súp gà nấm với cơm rừng

Số người: 6 người

THÀNH PHẦN:
- 1,5 lb nấm tươi Tôi dùng nấm hương hữu cơ và nấm portobellos nhỏ
- 1 lb thịt gà nấu chín và xé nhỏ
- 8 C. Nước hầm xương gà hoặc nước luộc gà
- 1 C. cà rốt thái hạt lựu
- 1 C. cần tây thái hạt lựu
- 1 C. hành trắng thái hạt lựu
- 1 C. cơm trộn gia truyền hoang dã
- 1 C. kem đặc
- 6 oz. phô mai kem đã làm mềm
- 5 tép tỏi băm
- 2 muỗng canh. bơ ăn cỏ
- 2 thìa cà phê cốt gà hữu cơ
- 3 giọt tinh dầu tiêu đen
- 2 giọt tinh dầu húng tây
- 2 giọt tinh dầu mùi tây
- Muối để nếm

HƯỚNG DẪN:
a) Cho cà rốt, cần tây, tỏi và hành tây vào nồi kho có bơ và đậy nắp lại.
b) súp hỗn hợp rau
c) Xào trên lửa nhỏ cho đến khi mềm. Thêm nấm và khuấy đều để kết hợp.
d) nồi súp nấm
e) Đậy nắp trong 5 phút và để nấm tiết ra nước.
f) Khám phá và để chất lỏng giảm một nửa. Thêm nước luộc gà (hoặc nước dùng), đế gà và cơm.
g) luộc rau trong nước dùng
h) Đun sôi và đun nhỏ lửa ở nhiệt độ thấp trong 40-50 phút.
i) công thức nồi nước luộc súp
j) Trong khi nấu súp, trộn phô mai kem đã làm mềm và Tinh dầu với nhau trong một cái bát nhỏ. Thêm một vài thìa chất lỏng nóng từ chảo vào hỗn hợp phô mai kem. Khuấy.
k) nền súp kem phô mai
l) Nhấc nồi ra khỏi bếp và đánh cả hỗn hợp phô mai kem và kem béo vào nồi cho đến khi hòa quyện hoàn toàn và mịn. Thêm thịt gà vào.
m) súp kem gà
n) Đun nóng súp cho đến khi nó bắt đầu sôi.
o) súp kem rau củ
p) Lấy ra khỏi bếp và dùng.

37. Gà chanh Salsa

Tạo ra: 6

THÀNH PHẦN:
- 2 lbs ức gà không xương hoặc thịt gà mềm
- lọ salsa verde 16 oz
- 1 muỗng cà phê ớt bột xông khói
- 1 thìa cà phê thì là
- 1 1/2 muỗng cà phê muối thật
- 1-2 giọt tinh dầu chanh

HƯỚNG DẪN:
a) Thêm gà vào Instant Pot.
b) Kết hợp ớt bột, thì là và muối thật. Ướp gà với hỗn hợp gia vị.
c) Che với salsa verde và đóng nắp.
d) Đặt thành Thủ công trong 20 phút.
e) Thực hiện xả áp nhanh. Thêm tinh dầu chanh vào và khuấy đều.
f) Che và để yên trong 10 phút.
g) Cắt nhỏ thịt gà với chất lỏng còn lại.

38.Cá hồi chanh và thì là

THÀNH PHẦN:
- 4 phi lê cá hồi
- 2 muỗng canh dầu ô liu
- 2 giọt tinh dầu chanh
- 1 giọt tinh dầu thì là
- Muối và hạt tiêu cho vừa ăn
- 1 quả chanh, cắt lát (để trang trí)

HƯỚNG DẪN:

a) Làm nóng lò nướng của bạn ở nhiệt độ 375°F (190°C).
b) Trong một bát nhỏ, trộn dầu ô liu, tinh dầu chanh và tinh dầu thì là.
c) Đặt phi lê cá hồi lên khay nướng có lót giấy da.
d) Quét hỗn hợp tinh dầu lên phi lê cá hồi, đảm bảo chúng được phủ đều. Nêm với muối và hạt tiêu.
e) Đặt những lát chanh lên trên mỗi miếng phi lê.
f) Nướng trong lò làm nóng trước trong 15-20 phút hoặc cho đến khi cá hồi bong ra dễ dàng bằng nĩa.
g) Ăn kèm với các món ăn phụ yêu thích của bạn.

39.Gà nướng hương thảo và tỏi

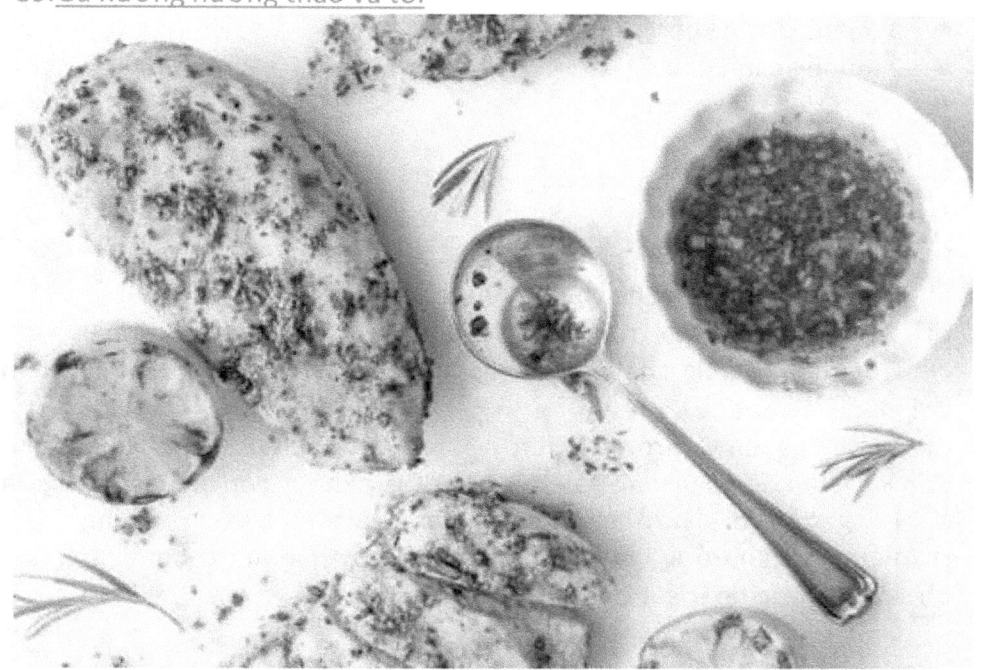

THÀNH PHẦN:
- 4 miếng ức gà không xương, không da
- 2 muỗng canh dầu ô liu
- 2 giọt tinh dầu hương thảo
- 2 giọt tinh dầu tỏi
- Muối và hạt tiêu cho vừa ăn

HƯỚNG DẪN:
a) Làm nóng lò nướng của bạn ở nhiệt độ trung bình cao.
b) Trong một bát nhỏ, trộn dầu ô liu, tinh dầu hương thảo và tinh dầu tỏi.
c) Quét hỗn hợp tinh dầu lên ức gà, đảm bảo chúng được phủ đều. Nêm với muối và hạt tiêu.
d) Đặt ức gà lên vỉ nướng và nướng khoảng 6-8 phút mỗi mặt hoặc cho đến khi nhiệt độ bên trong đạt 165°F (74°C) và không còn màu hồng ở giữa.
e) Lấy gà ra khỏi vỉ nướng và để yên trong vài phút trước khi dùng.
f) Phục vụ gà nướng với các món ăn phụ mà bạn lựa chọn, chẳng hạn như rau nướng hoặc salad tươi.

BÊN VÀ SALAD

40. Salad cải xoong bơ phô mai xanh

Số lượng: 2 người

THÀNH PHẦN:
- 1 bó cải xoong nhỏ
- 6 oz. túi lá rau bina bé
- 1 quả bơ lớn, bỏ hạt và thái hạt lựu
- 1 củ hành đỏ nhỏ, thái lát mỏng
- 15 oz. lon múi bưởi (nước ép dành riêng)
- 4 oz. vụn phô mai xanh

Nước sốt giấm bưởi tự làm:
- 3 muỗng canh nước ép bưởi
- 1/4 chén dầu ô liu
- 2 thìa mật ong
- 1-2 giọt tinh dầu bưởi (tuỳ khẩu vị)
- Một chút muối và hạt tiêu (để nếm)

HƯỚNG DẪN:

a) Trong một tô trộn lớn, trộn cải xoong và rau bina non với nhau. Thêm bơ thái hạt lựu, hành đỏ thái lát và múi bưởi. Cho phô mai xanh vụn vào.

b) Trong hộp thủy tinh có nắp đậy kín, thêm nước ép bưởi, dầu ô liu, mật ong và 1 hoặc 2 giọt tinh dầu bưởi (điều chỉnh theo khẩu vị). Thêm một chút muối và hạt tiêu. Lắc mạnh để trộn.

c) Đổ dầu giấm lên món salad và đảo nhẹ để các nguyên liệu thấm đều.

d) Phục vụ món Salad cải xoong với bơ, phô mai xanh và nước sốt giấm bưởi tự làm. Thưởng thức!

41. Salad hạnh nhân dâu tây

THÀNH PHẦN:
Salad dâu tây hạnh nhân:
- 10 ounce rau bina non
- 1 pound dâu tây, cắt thành lát dày
- ½ chén hạnh nhân cắt lát, nướng
- ½ cốc phô mai feta không béo

Dấm chanh mâm xôi:
- 1 lít quả mâm xôi tươi
- 1 thìa mật ong
- 2 muỗng canh mù tạt Dijon
- 2 muỗng canh giấm rượu vang đỏ
- ¼ chén dầu ô liu
- 2-4 giọt tinh dầu chanh

HƯỚNG DẪN:
a) Trong một bát nhỏ, nghiền quả mâm xôi.
b) Thêm các thành phần dầu giấm còn lại và trộn bằng máy đánh trứng cho đến khi kết hợp.
c) Làm lạnh dầu giấm trong 30 phút.
d) Trộn các nguyên liệu salad với dầu giấm.

42. Dưa chua thì là tự làm

Làm: 1 lọ

THÀNH PHẦN:
- 4-6 quả dưa chuột muối lớn
- 8-10 nhánh thì là cỏ dại
- 4 tép tỏi
- 1 1/2 muỗng canh muối kosher
- 1 chén giấm trắng
- 1 cốc nước
- 2 thìa cà phê đường
- 2 thìa cà phê hạt mù tạt
- 1 muỗng cà phê ớt đỏ
- 2 giọt tinh dầu thì là
- 1 giọt tinh dầu tiêu đen
- Bình thủy tinh miệng rộng 16 oz

HƯỚNG DẪN:

a) Làm sạch lọ thủy tinh bằng nước xà phòng ấm và để khô hoàn toàn.

b) công thức dưa chuột muối

c) Rửa dưa chuột và cắt thành ngọn giáo 4 inch. Tỏi bóc vỏ và để nguyên.

d) công thức dưa chua thái lát

e) Trước tiên hãy đặt dưa chuột vào lọ thủy tinh, gói chặt lại. Bao quanh dưa chuột với số lượng tép tỏi và nhánh thì là bằng nhau. Thêm nhiều dưa chuột hơn cho đến khi không còn khoảng trống giữa rau và lọ.

f) lọ dưa chua gói din

g) Cho 2 thìa cà phê hạt mù tạt và 2 thìa cà phê ớt đỏ vào mỗi lọ.

h) thì là dưa chua với ớt đỏ hạt mù tạt

i) Trong nồi, cho giấm, nước, đường và muối vào đun sôi. Lấy hỗn hợp ra khỏi bếp và chia đều chất lỏng vào hai lọ. Để nguội đến nhiệt độ phòng.

j) nước muối chua tự làm

k) Sau khi nguội, thêm tinh dầu, đậy nắp và đặt vào phía sau tủ lạnh. Sau 2 ngày, lấy mẫu dưa chua ra khỏi lọ. Nó phải giòn và hơi chua. Bạn có thể dễ dàng bẻ nó thành hai mảnh sạch sẽ. Nếu chúng vẫn còn hơi ướt, hãy để chúng thêm một ngày nữa trước khi ăn. Thưởng thức!

43. Salad rau bina & thịt xông khói với nước sốt Tarragon

Tạo ra: 4

THÀNH PHẦN:
- 1 lb lá rau bina vỏ sò
- 8 lát thịt xông khói nấu chín vụn với 3 muỗng canh nước xốt dành riêng
- 1 củ hành đỏ nhỏ thái lát mỏng
- 4 quả trứng luộc thái lát
- 3 oz. phô mai xanh vụn

CÁCH ĂN MẶC
- 2 muỗng cà phê đường
- 1 muỗng cà phê mù tạt cay màu nâu hoặc Dijon
- 3 muỗng canh giấm rượu vang đỏ
- 1 đến 2 giọt tinh dầu Tarragon
- Một chút muối và hạt tiêu

HƯỚNG DẪN:

a) Trong một tô trộn lớn, trộn rau bina non, thịt xông khói vụn, hành đỏ thái lát mỏng, lát trứng luộc chín và phô mai xanh vụn.

b) Trong hộp thủy tinh có nắp đậy kín, thêm 3 muỗng canh thịt xông khói ấm với đường, mù tạt cay hoặc Dijon, giấm rượu vang đỏ, dầu Tarragon và một chút muối và hạt tiêu. Lắc mạnh và nếm thử. Thêm 1 giọt Tarragon nếu muốn.

c) Đổ nước sốt Tarragon lên món salad.

d) Phục vụ Salad Rau bina & Thịt xông khói với Nước sốt Tarragon tự làm cho bữa trưa hoặc làm salad ăn kèm cho bữa tối.

44. Salad lê Gorgonzola với tinh dầu húng quế

THÀNH PHẦN:
XA LÁT:
- 2 quả lê Anjou đỏ
- 6 chén rau chân vịt
- ½ chén quả óc chó, xắt nhỏ
- ⅓ cốc gorgonzola

GIẤM:
- ½ chén dầu ô liu
- ¼ chén giấm balsamic trắng
- 1 thìa mật ong mù tạt Dijon
- Một chút muối Himalaya
- 1 tăm tinh dầu húng quế

HƯỚNG DẪN:
a) Trộn đều dầu ô liu, giấm balsamic trắng, mù tạt mật ong Dijon và muối Himalaya.
b) Thêm tinh dầu húng quế. (Bắt đầu bằng một cây tăm để nếm thử.)
c) Sau khi nước sốt đã có hương vị theo ý thích của bạn, hãy trộn dầu giấm với các nguyên liệu salad .
d) Phục vụ ngay lập tức.

MÓN TRÁNG MIỆNG

45. Streusel táo nướng với quế & nhục đậu khấu

Tạo ra: 5

THÀNH PHẦN:
- 1/2 chén yến mạch
- 1/2 chén bột mì đa dụng
- 1/2 chén đường nâu
- 6 thìa bơ lạnh (không để ở nhiệt độ phòng)
- 1 giọt tinh dầu gừng
- 1 giọt tinh dầu vỏ quế
- 1 giọt tinh dầu nhục đậu khấu
- 1 giọt tinh dầu Thieves
- 1/2 chén trái cây sấy khô (chà là, nho khô, quả nam việt quất và anh đào)
- 4 quả táo nướng lớn (Braeburn, Fuji và Kiku là những lựa chọn tuyệt vời)

HƯỚNG DẪN:

a) Làm nóng lò ở nhiệt độ 350 độ. Xịt chảo bánh hoặc một đĩa chịu nhiệt thích hợp khác bằng bình xịt chống dính.

b) Trong một bát thủy tinh, trộn yến mạch, bột mì và đường nâu.

c) Dùng nĩa thép không gỉ để cắt bơ lạnh cho đến khi thu được hỗn hợp vụn. Bạn có thể đạt được điều này bằng cách ấn bơ vào thành bát. Hãy ngăn bơ tan chảy một cách hiệu quả. Một cách làm tắt là cho tất cả những nguyên liệu này vào máy xay thực phẩm và xay 3-5 lần cho đến khi bạn có được hỗn hợp vụn.

d) Thêm tinh dầu và trái cây khô vào hỗn hợp streusel, trộn đều. Làm lạnh hỗn hợp này trong khi bạn chuẩn bị táo.

e) Cắt một phần nhỏ ở đáy mỗi quả táo để tạo thành một cạnh phẳng, giúp chúng đứng thẳng trong đĩa nướng.

f) Bỏ lõi từng quả táo mà không cần cắt xuyên suốt. Dùng dao gọt và thìa để loại bỏ phần giữa và hạt. Nếu bạn vô tình cắt đến tận đáy, hãy đặt quả táo vào một miếng giấy bạc, quấn quanh phần dưới và các bên để giữ lại sợi dây khi nướng.

g) Múc hỗn hợp streusel vào từng quả táo, gói lại và để hỗn hợp tràn lên trên những quả táo.

h) Nướng ở nhiệt độ 350 độ trong 40 phút cho đến khi táo mềm và một con dao sắc có thể dễ dàng đâm thủng chúng. Thưởng thức!

46. Bánh tart bơ bơ

Tạo ra: 8

THÀNH PHẦN:
- Phô mai kem 3 ounce (làm mềm)
- 1 quả bơ lớn (gọt vỏ và bỏ hạt)
- 1 chén đường bột
- 1/2 muỗng cà phê chiết xuất vani
- 12 giọt tinh dầu chanh
- 2 muỗng canh nước cốt chanh
- 24 vỏ bánh tart nhỏ
- quả mâm xôi (trang trí tùy chọn)

HƯỚNG DẪN:

a) Cho phô mai kem, bơ, đường bột, chiết xuất vani, tinh dầu và nước cốt chanh vào tô. Trộn đều bằng máy trộn cho đến khi hỗn hợp mịn và như kem. Không có cục u nên vẫn còn.

b) Nếu nhân quá cứng, bạn có thể thêm một thìa cà phê nước cốt chanh cho đến khi có độ đặc phù hợp.

c) Múc nhân vào trong vỏ.

d) Làm lạnh trong tủ lạnh ít nhất 30 phút. Phần nhân sẽ vẫn mềm nhưng sẽ cứng lại một chút.

e) Trang trí với quả mâm xôi hoặc trái cây mong muốn khác.

47. Kẹo dẻo cơm cháy

Làm được: 92 viên kẹo dẻo

THÀNH PHẦN:
- 1/2 cốc nước ép cơm cháy
- 2 muỗng canh gelatin
- 1/4 cốc nước rất nóng
- 2 thìa mật ong
- 1-2 giọt Tinh dầu kẻ trộm
- 1-2 giọt tinh dầu chanh

HƯỚNG DẪN:
a) Đổ chất lỏng cơm cháy vào một bát thủy tinh vừa.
b) Thêm gelatin và khuấy đều để hòa tan.
c) Đổ nước nóng lên trên (không đun sôi) và dùng nĩa đánh đều để loại bỏ vón cục.
d) Ngay lập tức thêm mật ong và tinh dầu. Dùng ống nhỏ giọt đổ vào khuôn để có kết quả tốt nhất.
e) Làm nguội trong tủ lạnh trong 30-60 phút. Lấy kẹo dẻo ra khỏi khuôn và ăn.
f) kẹo cao su cơm cháy để hỗ trợ miễn dịch trong nấm mốc
g) Bảo quản trong lọ thủy tinh trong tủ lạnh trong 2-3 tuần.
h) Uống 3-4 viên kẹo dẻo mỗi ngày. Tăng liều lượng khi cần thiết.

48. Mousse quế sô cô la đen

Tạo ra: 8

THÀNH PHẦN:
- 3 quả bơ lớn gọt vỏ và bỏ hột
- 1 1/2 chén bột ca cao thô không đường
- 3/4 cốc xirô phong
- 1/2 chén cây thùa thô
- 1 15 oz. kem dừa có thể để lạnh qua đêm được không
- 1/2 muỗng cà phê. bột vani
- 4 giọt tinh dầu vỏ quế
- 1 nhúm muối hồng Himalaya nghiền mịn

HƯỚNG DẪN:
a) Cho bơ vào máy xay thực phẩm có gắn lưỡi dao và xay nhuyễn
b) Thêm bột ca cao, xi-rô cây phong, xi-rô cây thùa, bột vani, Tinh dầu vỏ quế (hoặc Tinh dầu cam) và muối
c) Trộn cho đến khi tất cả nguyên liệu hòa quyện và mịn màng
d) Trong một tô riêng, đánh bông kem dừa cho bông mịn
e) Nhẹ nhàng trộn hỗn hợp sô-cô-la và kem đánh bông lại với nhau cho đến khi tất cả hỗn hợp sô-cô-la hòa quyện vào nhau.
f) Phục vụ ngay lập tức hoặc làm lạnh cho đến khi sẵn sàng phục vụ

49. Bánh Tart phô mai chanh không nướng

Tạo ra: 6

THÀNH PHẦN:
- Phô mai kem 8 oz, làm mềm
- 1 muỗng canh bơ không muối, làm mềm
- 1 chén đường bột
- 1/2 muỗng cà phê chiết xuất vani
- 30 giọt tinh dầu chanh
- 2 - 3 thìa nước cốt chanh
- 24 vỏ bánh tart nhỏ hoặc 6 vỏ bánh quy graham riêng lẻ

HƯỚNG DẪN:

a) Trong máy trộn, trộn kem phô mai, bơ, đường bột, chiết xuất vani và tinh dầu chanh. Trộn trong ít nhất một phút, cạo các mặt để đảm bảo tích hợp tất cả các thành phần.

b) Thêm 2 thìa nước cốt chanh vào và trộn đều. Hỗn hợp phải có độ đặc như kem phủ. Thêm một muỗng cà phê nước cốt chanh nếu nó quá khô và đặc.

c) Chuyển máy trộn sang tốc độ cao và đánh trong một phút cho đến khi nhẹ và mịn.

d) Múc hỗn hợp bánh phô mai vào vỏ.

e) Làm lạnh ít nhất một giờ trước khi phục vụ. Trang trí bằng trái cây hoặc kem tươi.

50.Sữa chua đông lạnh chanh việt quất

Tạo ra: 6

THÀNH PHẦN:
- 1 lít sữa chua vani Hy Lạp
- 2 cốc quả việt quất tươi rửa sạch
- 15 giọt tinh dầu chanh

HƯỚNG DẪN:
a) Kéo tô đông lạnh ra khỏi tủ đông và lắp ráp máy làm sữa chua đông lạnh Cuisinart của bạn. Phải mất 20 giây!
b) Bật máy làm sữa chua đông lạnh để bát bắt đầu quay.
c) Kết hợp tất cả các thành phần vào bát của bạn thông qua vòi ở trên. Không cần trộn.
d) Đợi 30 phút, tắt máy, múc từng muỗng ra và thưởng thức!

51. Bánh táo lê

Làm: 8 miếng

THÀNH PHẦN:
- 2 vỏ bánh 9"
- 3 muỗng canh nước cốt chanh
- 2 giọt tinh dầu vỏ quế
- 1 giọt tinh dầu gừng
- 1 giọt tinh dầu đinh hương
- 1 giọt tinh dầu nhục đậu khấu
- 5 quả táo Golden Delicious (gọt vỏ, bỏ lõi và thái lát)
- 3 quả lê Anjou (gọt vỏ, bỏ lõi và thái lát)
- 1 thìa cà phê quế (chủ yếu để tạo màu!)
- 1/2 chén đường nâu
- 1/2 chén đường trắng
- 1/4 chén bột mì
- 4 muỗng canh bơ (cắt thành từng miếng nhỏ)
- 1 quả trứng lớn (đánh đập)

HƯỚNG DẪN:

a) Làm nóng lò ở nhiệt độ 400 F. Xịt dung dịch chống dính lên đĩa bánh 9 inch. Thêm lớp vỏ dưới vào đĩa bánh.

b) Trong một tô trộn lớn, thêm nước cốt chanh và tinh dầu Quế, Gừng, Đinh hương & Nhục đậu khấu vào nước chanh.

c) Thêm những miếng táo thái lát và những miếng lê thái lát vào nước chanh và trộn đều. Sau khi trái cây được phủ nước chanh và dầu, hãy thêm đường nâu, đường trắng và bột mì. Trộn đều.

d) Đổ trái cây vào vỏ bánh trong đĩa bánh. Thêm bơ xung quanh các miếng táo và lê rồi phủ lớp vỏ bánh còn lại lên trên. Gấp các mép vỏ bánh lại với nhau và kẹp thành hình trang trí. Quét trứng đã đánh lên trên.

e) Đặt bánh lên khay nướng có viền vì nước ép có thể sủi bọt và bạn không muốn chúng bị cháy dưới đáy lò!

f) Nướng ở 400 trong 20 phút, sau đó giảm nhiệt xuống 375 và dùng giấy bạc bọc lại và tiếp tục nướng thêm 40 phút nữa.

g) Để nguội một chút và dùng ấm hoặc để nguội hoàn toàn đến nhiệt độ phòng. Bạn có thể bảo quản ở nhiệt độ phòng trong một ngày hoặc bảo quản trong tủ lạnh tối đa 3 ngày.

52. Thuốc nhỏ họng mật ong chanh

Tạo ra: 55 giọt

THÀNH PHẦN:
- 3 túi Trà giảm đau họng Dr. Stuart
- 2/3 cốc nước
- 3/4 chén đường dừa
- 1/4 cốc mật ong
- 1/2 muỗng cà phê dầu dừa
- 12 giọt tinh dầu chanh

HƯỚNG DẪN:

a) Đặt túi trà vào tách trà. Đun sôi nước trên bếp. Đổ nước lên túi trà và đậy cốc trà bằng một chiếc đĩa. Để trà ngâm trong 5 phút. Tháo nắp đĩa và vứt bỏ túi trà.

b) Bạn cần sử dụng chảo lớn hơn nhiều so với lượng chất lỏng ban đầu mà bạn đang trộn. Hỗn hợp đường sẽ nở ra và sủi bọt, vì vậy bạn cần sử dụng chảo lớn hơn bạn nghĩ. Trong một cái chảo lớn, khuấy đều trà đã pha, đường dừa, mật ong và dầu dừa. Đun lửa nhỏ, cạo liên tục đáy chảo. KHÔNG cạo các thành của chảo vì điều này sẽ trộn lẫn với các tinh thể đường đã nguội và làm rối cấu trúc của đường vẫn đang nấu. Đưa hỗn hợp đến 300 độ được đo bằng nhiệt kế kẹo.

c) Tắt bếp, cho tinh dầu chanh vào khuấy nhanh rồi đổ ngay vào khuôn silicon. Cạo phần trên của khuôn để dàn đều hỗn hợp thả họng vào tất cả các ngăn. Các giọt sẽ nguội và bắt đầu cứng lại rất nhanh, vì vậy hãy nhớ cạo ngay vào tất cả các trái tim để không bỏ sót trái nào.

d) Để nguội hoàn toàn. Quá trình này có thể mất vài giờ để nguội trước khi bạn lấy chúng ra khỏi khuôn.

e) Bảo quản trong hộp kín trong tủ lạnh tối đa 6 tháng.

53. bánh ga tô dâu

Tạo ra: 12

THÀNH PHẦN:
- 1 1/2 chén bột mì đa dụng
- 1/2 chén yến mạch
- 1/4 chén đường nâu đóng gói
- 1/4 chén đường trắng + 1 muỗng chia
- 2 thìa cà phê bột nở
- 1/2 thìa cà phê muối
- 1/2 cốc bơ lạnh
- 1/2 cốc sữa
- 2 muỗng canh đường demerara
- 1 pint dâu tây (làm sạch và bỏ vỏ)
- 1/2 chén đường bột
- 1 cốc kem đánh bông nặng
- 1 giọt tinh dầu bạc hà
- 1 giọt tinh dầu cam Bergamot
- 4 giọt tinh dầu chanh ngọc

HƯỚNG DẪN:
a) Làm nóng lò ở nhiệt độ 375 độ.
b) Lót khay nướng bằng giấy lót khay hoặc giấy da. Tôi thích những tấm lót chảo này.
c) Trong một cái bát, trộn bột mì, yến mạch, đường nâu, 1/4 chén đường trắng, bột nở và muối. Khuấy cho đến khi tất cả các thành phần được kết hợp kỹ lưỡng.
d) Dùng máy xay bánh ngọt hoặc nĩa để cắt bơ cho đến khi hỗn hợp trở nên vụn. Tôi thích xay công thức này trong máy chế biến thực phẩm của mình. Nó nhanh hơn rất nhiều đối với tôi!
e) Thêm sữa và tinh dầu chanh ngọc vào và khuấy đều cho đến khi hỗn hợp khô lại với nhau. Vẫn sẽ có một số điểm khô. Đừng lo lắng. Nếu bạn thực hiện bước này trong máy xay thực phẩm, hãy đập khoảng 6 hoặc 7 lần cho đến khi các mảnh vụn bắt đầu bong ra sạch sẽ khỏi thành bát.
f) Đổ khối bột ra mặt phẳng đã rắc chút bột mì rồi nhào bột thật nhẹ nhàng. Bạn có thể bỏ qua bột nếu cuộn chúng lên một khay lót riêng. Chúng không dính nên rất hoàn hảo!
g) Lật nó lại khoảng 5 lần. Không quá nhiều lần! Bạn không muốn bánh ngọt khô và cứng.

h) Chia bột thành 12 phần bằng nhau. Nặn từng phần thành từng viên nhỏ và dùng tay đập nhẹ lên chảo đã lót sẵn giấy nến. Làm điều này một cách nhanh chóng để bạn không làm chảy bơ bằng đôi bàn tay nhỏ bé nóng bỏng của mình.

i) Rắc từng miếng đường demerara. Tôi thích đổ đường vào đĩa rồi nhúng phần trên của những chiếc bánh ngắn vào đó để phủ đều đường.

j) Nướng ở 375 độ trong 15 phút. Chúng có thể chỉ hơi nâu ở phía dưới. Đây là hoàn hảo. Đừng nướng quá lâu!

k) Trong khi nướng bánh ngọt, hãy cắt lát dâu tây và cho chúng vào một cái bát nhỏ với 1 thìa đường trắng và Tinh dầu Cam Bergamot. Khuấy nhẹ nhàng và để chúng ngồi trên quầy. Dâu tây ở nhiệt độ phòng sẽ ngọt hơn khi để lạnh. Và đường sẽ tạo thành một lớp men đẹp mắt. Ừm!

l) Trong một tô trộn hoặc Nutri Ninja, trộn kem đánh bông, đường bột và Tinh dầu Bạc hà rồi đánh cho đến khi hình thành các chóp nhẹ, mịn và cứng. Đặt cái này vào tủ lạnh cho đến lúc lắp ráp những chiếc bánh ngắn.

m) Khi bánh ngọt ra, hãy để chúng nguội trong 10 phút trên giá lưới. Cắt làm đôi và dùng kèm dâu tây và kem đánh bông.

n) Nếu bạn còn dư, hãy bảo quản tất cả các thành phần riêng biệt trong tủ lạnh.

54. Bánh Tamale

Tạo ra: 16

THÀNH PHẦN:
- 2 pound thịt thăn xay hoặc thịt bò xay 90/10
- 1 củ hành tây, thái hạt lựu
- 2 thìa cà phê tỏi, băm nhỏ
- 1 quả ớt chuông lớn, thái hạt lựu
- 1/2 cốc sốt salsa
- 1 thìa cà phê thì là xay
- 1/2 thìa cà phê ớt cayenne xay
- 1/4 thìa cà phê ớt bột xông khói
- 1 1/2 chén bột ngô trắng
- 1 cốc bột mì đa dụng
- 2 thìa đường
- 1 muỗng canh bột nở
- 1 muỗng cà phê baking soda
- 1 1/2 muỗng cà phê ngò khô
- 2 quả trứng lớn
- 2 cốc sữa chua nguyên chất
- 1 giọt tinh dầu Oregano
- 2 giọt tinh dầu rau mùi
- 2 giọt tinh dầu tiêu đen
- 2 chén phô mai cheddar cắt nhỏ

HƯỚNG DẪN:

a) Làm nóng lò ở nhiệt độ 375 độ. Chuẩn bị một chảo 9 X 13 (hoặc hai chảo 9 inch) có xịt chống dính.

b) Trong một cái chảo lớn, nấu thịt bò xay, hành tây, tỏi và ớt chuông. Nấu cho đến khi thịt bò xay chín vàng và chín kỹ. Thịt phải đạt nhiệt độ ít nhất là 160 độ.

c) Khuấy salsa, thì là, ớt cayenne và ớt bột vào thịt. Giảm nhiệt và đun sôi nhẹ. Tiếp tục đun nhỏ lửa không đậy nắp trong khi chuẩn bị bột ở các bước tiếp theo.

d) Trong một tô vừa, trộn bột ngô, bột mì, đường, bột nở, baking soda và ngò. Đánh đều để kết hợp.

e) Trong một bát nhỏ, trộn trứng và sữa chua. Đánh đều cho đến khi kết hợp hoàn toàn.

f) Thêm hỗn hợp trứng vào hỗn hợp bột ngô/bột mì. Khuấy đều cho đến khi không còn vón cục. Để qua một bên.

g) Tắt lửa trên hỗn hợp thịt. Thêm tinh dầu oregano, tinh dầu rau mùi và tinh dầu hạt tiêu đen vào rồi khuấy đều. Khuấy phô mai cheddar vào hỗn hợp thịt. Khuấy nhanh để kết hợp khi phô mai bắt đầu tan chảy. Đổ hỗn hợp thịt phô mai này vào chảo 9 X 13 đã chuẩn bị sẵn. Trải đều trên đáy chảo.

h) Đổ hỗn hợp thịt với bột bột ngô bằng cách rưới một thìa bột lên trên và cẩn thận dàn đều khắp toàn bộ chảo. Nướng ở 375 độ trong 30 phút. Cây tăm cắm vào giữa lớp bánh mì ngô sẽ sạch sẽ khi làm xong.

55. Kẹo sô cô la ngày lễ tình nhân

Tạo ra: 8

THÀNH PHẦN:
- 1 cốc sôcôla đen tan chảy
- 1 cốc sôcôla tan chảy màu trắng
- 1/4 cốc sô cô la tan chảy màu đỏ tùy chọn
- 4 giọt Tinh dầu Cam hoặc Tinh dầu Quýt HOẶC
- 3 giọt tinh dầu bạc hà
- khuôn kẹo hoặc kẹo mút
- que kẹo mút

HƯỚNG DẪN:

a) Trong nồi hơi đôi, làm tan chảy các miếng sô cô la trắng tan chảy, khuấy đều cho đến khi mịn. Sau khi tan chảy, thêm 4 giọt tinh dầu Cam hoặc Quýt vào và khuấy đều. Đổ vào khuôn trước khi nguội và bắt đầu cứng lại.

b) Nếu bạn muốn có màu đỏ làm màu tương phản trên kẹo của mình, hãy đun chảy sô cô la tan chảy màu đỏ trong nồi hơi đôi và thêm vào túi bắt kem mỏng và đổ vào khuôn kẹo trước khi thêm các loại sô cô la khác. (Nếu không có túi bắt kem, bạn có thể dùng túi nhựa khoét một lỗ nhỏ ở góc và bóp màu đỏ ra khỏi túi nhựa.)

c) Sau khi sô cô la tan chảy đã được thêm vào khuôn, hãy cẩn thận đặt que kẹo mút vào sô cô la và để nguội.

56. Goji, quả hồ trăn và Tart chanh

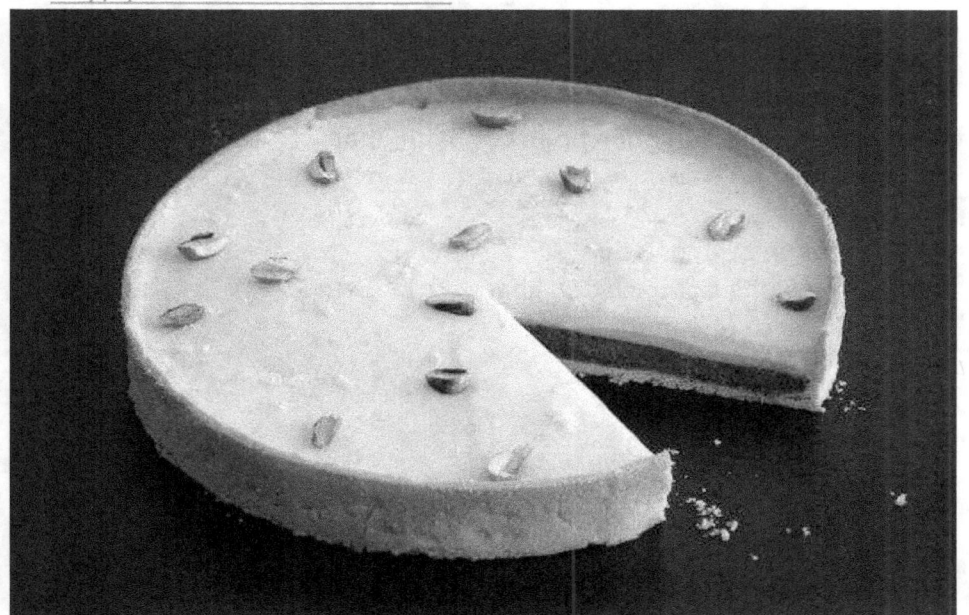

Tạo ra: 12

THÀNH PHẦN:
ĐỐI VỚI VÁNH PISTACHIO THUẦN CHAY SỐNG:
- 1½ chén bột hạnh nhân hoặc bột hạnh nhân
- ½ cốc quả hồ trăn
- 3 ngày
- 1½ muỗng canh dầu dừa
- ½ thìa cà phê bột bạch đậu khấu xay
- ⅛ muỗng cà phê muối

ĐỔ ĐẦY:
- 1½ cốc nước cốt dừa
- 3 giọt tinh dầu chanh
- 1 muỗng canh bột bắp
- 2 muỗng cà phê agar-agar
- ¼ cốc xi-rô cây phong
- ½ muỗng cà phê bột nghệ xay
- 1 muỗng cà phê chiết xuất vani
- ½ muỗng cà phê chiết xuất goji

HÀNG ĐẦU:
- một số ít quả goji
- thanh long
- hoa ăn được
- trái tim sô cô la

HƯỚNG DẪN:
vỏ bánh tart
a) Trộn bột hạnh nhân và quả hồ trăn trong máy xay/máy xay thực phẩm cho đến khi nhuyễn mịn.
b) Thêm phần còn lại của nguyên liệu làm vỏ bánh và trộn đều cho đến khi thu được hỗn hợp dính đồng nhất.
c) Cho bột vỏ bánh vào khuôn bánh tart và trải đều bên trong đế.
d) Để nguội trong tủ lạnh trong khi chuẩn bị nhân.

ĐỔ ĐẦY
e) Đun nóng kem dừa trong chảo vừa, khuấy đều cho đến khi mịn và đồng nhất.
f) Thêm phần nguyên liệu làm nhân còn lại, bao gồm bột bắp và thạch agar.
g) Trong khi khuấy liên tục, đun sôi và nấu trong vài phút cho đến khi nó bắt đầu đặc lại.
h) Khi hỗn hợp đặc lại thì tắt bếp và để nguội trong vòng 10-15 phút.
i) Sau đó đổ lên lớp vỏ và để nguội hoàn toàn.
j) Đặt trong tủ lạnh ít nhất vài giờ cho đến khi phần nhân đông lại hoàn toàn.
k) Trang trí với quả kỷ tử, viên thanh long và hoa ăn được hoặc với các loại đồ ăn kèm yêu thích của bạn.

57. Mousse chanh anh đào

Làm: 8 phần ăn

THÀNH PHẦN:
- ½ cốc hạnh nhân nguyên chất tự nhiên
- 1 phong bì gelatin không mùi
- 2 giọt tinh dầu chanh
- 1 cốc đường cát; đã chia ra
- 1 lon (12 ounce) sữa cô đặc
- 1 lon (21 ounce) nhân và topping bánh anh đào
- 2 thìa cà phê vỏ chanh bào
- ¼ thìa cà phê chiết xuất hạnh nhân
- 4 Lòng trắng trứng

HƯỚNG DẪN:

a) Trải hạnh nhân thành một lớp duy nhất trên khay nướng. Nướng trong lò nướng ở nhiệt độ 350 độ trong 12-15 phút, thỉnh thoảng khuấy cho đến khi nướng nhẹ. Để nguội và thái nhỏ.

b) Rắc gelatin lên trên 3 thìa nước trong một cái chảo nhỏ nặng. Để yên trong 2 phút cho đến khi gelatin hút hết nước.

c) Khuấy tinh dầu chanh và ½ cốc đường; khuấy hỗn hợp trên lửa nhỏ cho đến khi gelatin và đường tan hoàn toàn và chất lỏng trong.

d) Đổ sữa cô đặc vào tô trộn lớn; khuấy đều nhân bánh anh đào, vỏ chanh và chiết xuất hạnh nhân. Khuấy hỗn hợp gelatin hòa tan, trộn kỹ.

e) Làm lạnh cho đến khi hỗn hợp đặc lại và có độ đặc giống như bánh pudding.

f) Đánh lòng trắng trứng cho đến khi nhẹ và nổi bọt. Dần dần thêm lượng đường còn lại.

g) Tiếp tục đánh cho đến khi hình thành meringue cứng. Gấp meringue vào hỗn hợp anh đào. Nhẹ nhàng gấp hạnh nhân cắt nhỏ vào.

h) Múc mousse vào 8 bát ăn. Đậy nắp và để lạnh ít nhất 2 giờ hoặc qua đêm trước khi dùng.

58. Pudding chanh-đại hoàng

Làm: 8 phần ăn

THÀNH PHẦN:
- 1 ¼ cốc Đường
- ¼ chén bột bắp
- ¼ thìa cà phê muối
- 1 ¼ cốc nước
- 4 quả trứng lớn
- 1 chén đại hoàng tươi hoặc đông lạnh cắt nhỏ
- 1 thìa vỏ chanh bào vụn
- ⅓ cốc tinh dầu chanh
- ¼ thìa cà phê Kem Tartar

HƯỚNG DẪN:

a) Trong một cái chảo 2 lít, trộn ¼ cốc đường, bột bắp và muối. Khuấy dần dần trong nước bằng máy đánh trứng cho đến khi bột ngô phân tán đồng đều trong nước.

b) Đun hỗn hợp trên lửa vừa, khuấy liên tục cho đến khi sôi và đặc lại để tạo thành hỗn hợp sệt giống như bánh pudding. Lấy bánh pudding ra khỏi bếp.

c) Tách trứng, cho lòng trắng vào tô cỡ vừa và lòng đỏ vào tô nhỏ. Đánh nhẹ lòng đỏ và cho một ít bánh pudding vào. Sau đó, cho hỗn hợp lòng đỏ vào nồi bánh pudding, khuấy đều cho đến khi hòa quyện. Gấp đại hoàng cắt nhỏ vào.

d) Cho hỗn hợp trở lại lửa vừa và đun đến sôi, khuấy liên tục. Giảm nhiệt xuống thấp và tiếp tục nấu, thỉnh thoảng khuấy cho đến khi đại hoàng mềm, quá trình này sẽ mất khoảng 5 phút.

e) Lấy bánh pudding ra khỏi bếp. Khuấy vỏ chanh bào và tinh dầu chanh. Đổ bánh pudding vào một cái bát hoặc đĩa hầm nông có dung tích 1,5 lít.

f) Làm nóng lò nướng của bạn ở nhiệt độ 350°F (175°C).

g) Dùng máy trộn điện ở tốc độ cao, đánh lòng trắng trứng đã để sẵn và kem tartar cho đến khi bông mịn.

h) Đánh dần dần ½ cốc đường còn lại cho đến khi tạo thành hỗn hợp meringue cứng và chóp giữ nguyên hình dạng khi nâng máy đánh trứng từ từ lên.

i) Trải meringue lên trên bánh pudding, đảm bảo rằng nó dính chặt vào mép bát. Bạn có thể tạo các đỉnh trang trí trên mặt bánh trứng đường.

j) Nướng trong lò làm nóng trước từ 12 đến 15 phút hoặc cho đến khi bánh trứng đường có màu nâu vàng.

k) Bạn có thể phục vụ bánh pudding khi còn ấm hoặc để nguội đến nhiệt độ phòng rồi cho vào tủ lạnh để dùng lạnh.

l) Hãy thưởng thức món Pudding chanh đại hoàng thơm ngon của bạn! Đó là một món tráng miệng thú vị với sự cân bằng hoàn hảo giữa hương vị ngọt và thơm.

59. Bánh đậu hũ chanh đại hoàng

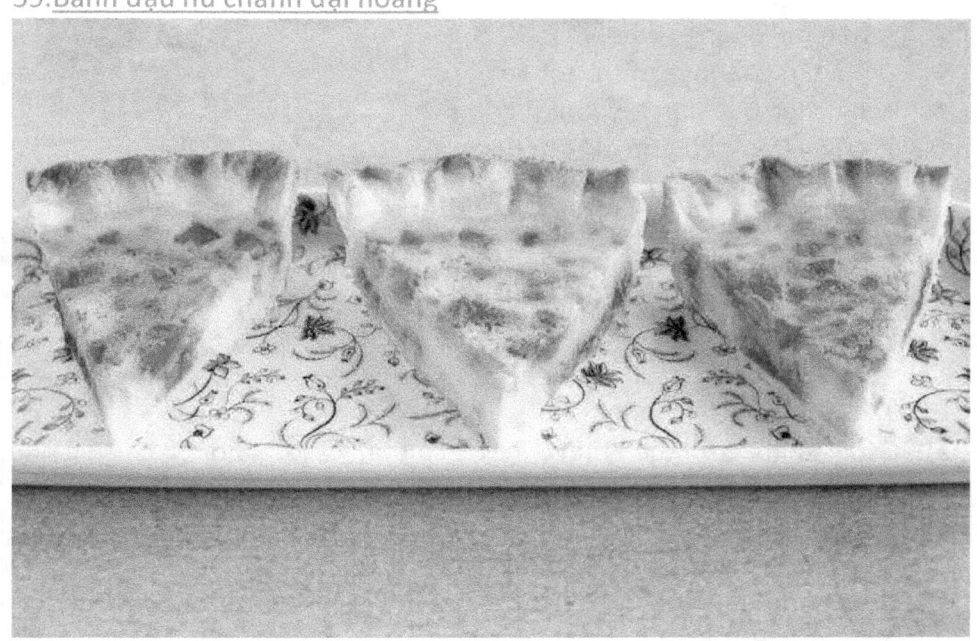

THÀNH PHẦN:
- 5 thân đại hoàng rửa sạch,
- 1 quả táo Granny Smith, gọt vỏ
- Hàng chục quả dâu tây lớn
- 6 ounce Đậu phụ cứng (giảm béo)
- ½ giọt tinh dầu chanh
- ¼ cốc + 2 T đường
- 2 muỗng canh bột mì nguyên chất
- 2 thìa cà phê Đường + 2 thìa lúa mì nguyên hạt
- Bột mì

HƯỚNG DẪN:

a) Cho vào nồi cơm điện một ít nước và thân cây đại hoàng đã thái nhỏ. Nấu đậy nắp trong vài phút. Thêm táo, dâu tây và ¼ c đường

b) Nghiền đậu phụ trong máy xay thực phẩm hoặc máy xay cho đến khi thật mịn.

c) Thêm tinh dầu chanh, 2 T đường, 2 T bột mì nguyên hạt và xay cho đến khi trộn đều.

d) Đổ dầu vào khuôn bánh 8 inch, rồi rắc hỗn hợp đường và bột mì nguyên hạt lên trên, mỗi lần khoảng 2 t. Đổ hỗn hợp đậu phụ vào khuôn bánh. Nướng ở nhiệt độ 400 F trong vài phút.

e) Đổ hỗn hợp đại hoàng vào rây mịn và chắt lấy nước.

f) Đổ hỗn hợp đại hoàng còn lại lên trên đậu phụ chanh nướng.

60. Kem chanh

THÀNH PHẦN:
- 1 giọt tinh dầu chanh
- 1 ly nước
- 1 cốc đường cát

HƯỚNG DẪN:

a) Trong một cái chảo, kết hợp nước và đường. Đun trên lửa vừa cho đến khi đường tan hoàn toàn, tạo thành một loại xi-rô đơn giản.

b) Để xi-rô đơn giản nguội đến nhiệt độ phòng.

c) Trộn tinh dầu chanh với xi-rô đơn giản.

d) Đổ hỗn hợp vào máy làm kem và khuấy theo hướng dẫn của nhà sản xuất.

e) Chuyển kem chanh vào hộp kín và để đông trong vài giờ cho đến khi cứng lại.

f) Ăn một muỗng nhỏ kem chanh giữa các món ăn để làm sạch vòm miệng.

61. Bánh tart chanh mini

THÀNH PHẦN:
ĐỐI VỚI VỎ BÁNH TART:
- 1 ¼ chén bột mì đa dụng
- ¼ chén đường bột
- ½ cốc bơ không muối, để nguội và cắt thành khối

ĐỐI VỚI NHIỀU TRÁI CÂY:
- ¾ cốc đường cát
- 2 muỗng canh bột bắp
- ¼ thìa cà phê muối
- 3 quả trứng lớn
- 3 giọt tinh dầu chanh
- Vỏ của 2 quả chanh
- ¼ cốc bơ không muối, cắt hạt lựu

HƯỚNG DẪN:

a) Trong máy xay thực phẩm, trộn bột mì và đường bột. Thêm bơ lạnh đã cắt thành khối và xay cho đến khi hỗn hợp giống như vụn thô.

b) Nhấn hỗn hợp vào chảo tartlet nhỏ, phủ đều đáy và các mặt. Chích đáy bằng một cái nĩa.

c) Làm lạnh vỏ bánh tart trong tủ lạnh khoảng 30 phút.

d) Làm nóng lò nướng của bạn ở nhiệt độ 350°F (175°C).

e) Nướng vỏ bánh tart trong 12-15 phút hoặc cho đến khi chúng chuyển sang màu nâu vàng. Hãy để chúng nguội hoàn toàn.

f) Trong một cái chảo, trộn đều đường, bột ngô và muối. Từ từ đánh trứng, tinh dầu chanh và vỏ chanh vào.

g) Nấu hỗn hợp trên lửa vừa thấp, khuấy liên tục cho đến khi đặc lại, khoảng 5-7 phút.

h) Tắt bếp và cho bơ đã cắt khối vào khuấy đều cho đến khi mịn.

i) Đổ nhân chanh vào vỏ bánh tart đã nguội.

j) Làm lạnh ít nhất 1 giờ trước khi phục vụ. Tùy chọn, rắc đường bột trước khi dùng.

k) Hãy thưởng thức bánh Tartlets chanh mini của bạn!

62. chanh và hoa oải hương

THÀNH PHẦN:
- 1 cốc đường
- 1 ½ cốc kem đặc
- ½ cốc sữa nguyên chất
- 6 quả trứng lớn
- ¼ thìa cà phê muối
- 1 giọt tinh dầu chanh
- 1 muỗng canh vỏ chanh
- 2 thìa cà phê hoa oải hương khô
- Kem tươi và hoa oải hương bổ sung để phục vụ

HƯỚNG DẪN:
a) Làm nóng lò ở nhiệt độ 325°F.
b) Trong một chảo vừa, đun đường trên lửa vừa, khuấy liên tục cho đến khi đường tan và chuyển sang màu nâu vàng.
c) Đổ đường đã đun chảy vào khuôn bánh flan 9 inch, khuấy đều để phủ đều đáy và các cạnh của khuôn.
d) Trong một cái chảo nhỏ, đun nóng kem đặc, sữa nguyên kem, tinh dầu chanh, vỏ chanh và hoa oải hương trên lửa vừa, khuấy liên tục cho đến khi vừa sôi.
e) Trong một bát riêng, đánh trứng và muối với nhau.
f) Từ từ đổ hỗn hợp kem nóng vào hỗn hợp trứng, đánh liên tục.
g) Lọc hỗn hợp qua rây mịn rồi đổ vào khuôn bánh flan.
h) Đặt khuôn vào một đĩa nướng lớn và đổ nước nóng vừa đủ vào đĩa sao cho ngập nửa thành khuôn.
i) Nướng trong 50-60 phút hoặc cho đến khi bánh flan chín và lắc nhẹ khi lắc.
j) Lấy ra khỏi lò và để nguội đến nhiệt độ phòng trước khi cho vào tủ lạnh ít nhất 2 giờ hoặc qua đêm.
k) Để phục vụ, hãy chạy dao quanh các cạnh của khuôn và úp khuôn lên đĩa phục vụ. Ăn kèm với kem tươi và rắc hoa oải hương.

63. chanh Zabaglione

Làm: 6 phần ăn

THÀNH PHẦN:
- 2 quả trứng lớn
- 6 lòng đỏ trứng lớn
- 1 cốc đường
- 1 muỗng canh vỏ chanh bào
- ¼ giọt tinh dầu chanh
- ½ cốc Madeira ngọt, kem sherry hoặc port ruby

HƯỚNG DẪN:

a) Ở phần trên cùng của nồi hấp đôi, trộn toàn bộ trứng, lòng đỏ trứng và đường. Đánh hỗn hợp cho đến khi nó trở nên nhẹ và đặc.

b) Thêm vỏ chanh bào, tinh dầu chanh tươi và loại Madeira ngọt ngào, rượu sherry kem hoặc cổng hồng ngọc mà bạn chọn vào hỗn hợp trứng.

c) Đặt nồi hơi đôi lên trên nước sôi, đảm bảo đáy chảo đựng hỗn hợp trứng không chạm vào nước sôi.

d) Tiếp tục đánh và đánh hỗn hợp trên nước sôi cho đến khi thể tích tăng gấp ba lần và khi chạm vào trở nên nóng. Việc này sẽ mất vài phút.

e) Khi zabaglione đã đặc lại và tăng thể tích, hãy lấy nó ra khỏi bếp.

f) Chia zabaglione chanh cho các ly có thân cao.

g) Dùng ngay để thưởng thức hương vị chanh thơm ngon.

64. chanh kiểu Pháp

THÀNH PHẦN:
ĐỐI VỚI VỎ MACARON:
- 100 g bột hạnh nhân siêu mịn
- 75 g đường bột
- 70 g (1/3 cốc) lòng trắng trứng, ở nhiệt độ phòng
- 1/4 muỗng cà phê kem cao răng, tùy chọn
- 1/4 thìa cà phê muối kosher thô
- 75g đường cát siêu mịn
- 1/2 giọt tinh dầu chanh
- Màu thực phẩm gel màu vàng
- 1 thìa cà phê vỏ chanh

ĐỐI VỚI KEM BƠ CHANH:
- 80 g bơ lạt, ở nhiệt độ phòng
- 130 g đường bột, rây mịn
- 1 giọt tinh dầu chanh
- 1 thìa cà phê vỏ chanh
- 1/8 thìa cà phê muối kosher thô

HƯỚNG DẪN:
ĐỂ LÀM VỎ MACARON:

a) Xếp 2 khay nướng bằng giấy da hoặc thảm silicone. (Để không khí lưu thông đều, hãy lật ngược khay nướng.)

b) Rây bột hạnh nhân và đường bột vào với nhau 2 lần. Nếu còn lại tối đa 2 thìa nguyên liệu khô dạng dai trong rây, bạn không cần thay thế; chỉ cần loại bỏ những bit đó.

c) Trong một tô trộn sạch có kèm theo máy đánh trứng, đánh lòng trắng trứng ở tốc độ trung bình thấp cho đến khi nổi bọt.

d) Thêm cream of tartar và muối vào lòng trắng trứng rồi tiếp tục đánh đều.

e) Từ từ thêm từng thìa đường cát vào trong khi máy trộn đang chạy. Để đường tan sau mỗi lần thêm.

f) Khi bánh trứng đường đạt đến độ mềm, thêm tinh dầu chanh và vài giọt màu thực phẩm dạng gel màu vàng.

g) Tiếp tục đánh lòng trắng trứng ở tốc độ vừa phải cho đến khi tạo thành chóp cứng. Bánh trứng đường phải cuộn tròn bên trong máy đánh trứng và khi bạn nhấc máy đánh trứng lên, nó sẽ có một đầu nhọn và có gân sắc.

h) Thêm vỏ chanh vào meringue và đánh thêm khoảng 30 giây nữa.

i) Rây hỗn hợp bột hạnh nhân vào meringue. Gấp các nguyên liệu khô vào bánh trứng đường bằng thìa silicone cho đến khi kết hợp hoàn toàn. Sau đó tiếp tục gấp bột cho đến khi bột nhão đủ để vẽ được hình số tám. Kiểm tra bột bằng cách nhỏ một lượng nhỏ vào tô; nếu các đỉnh bột tự hòa tan vào bột trong khoảng 10 giây thì bột đã sẵn sàng. Cẩn thận không gấp bột quá kỹ.

j) Chuyển bột vào túi đựng bánh ngọt có đầu tròn.

k) Giữ túi bánh ngọt ở một góc 90° và đặt các vòng tròn khoảng 1,5 inch cách nhau khoảng một inch trên khay nướng đã chuẩn bị sẵn. Gõ nhẹ khay nướng lên mặt bàn để loại bỏ bọt khí.

l) Để bánh macaron trên quầy ít nhất 15-30 phút, cho đến khi bột không dính vào ngón tay khi chạm nhẹ.

m) Làm nóng lò ở nhiệt độ 300°F (150°C).

n) Nướng từng khay bánh macaron ở giá giữa trong khoảng 15-18 phút. Những chiếc bánh macaron đã nấu chín phải chắc chắn khi chạm vào và phần đế không bị xê dịch.

o) Làm nguội bánh macaron hoàn toàn rồi lấy chúng ra khỏi giấy da.

ĐỂ LÀM KEM BƠ CHANH:

p) Trong tô trộn có gắn máy đánh trứng, đánh bơ cho đến khi mịn.

q) Thêm đường bột, tinh dầu chanh, vỏ chanh và muối vào rồi đánh cho đến khi hòa quyện.

r) Chuyển kem bơ vào túi đựng bánh ngọt có đầu tròn hoặc đầu ngôi sao.

ĐỂ LẮP RÁP MACARON:

s) Ghép các vỏ bánh macaron đã nguội theo kích cỡ và sắp xếp chúng trên giá lưới, với vỏ phía dưới lộn ngược.

t) Đổ một ít kem bơ chanh lên vỏ dưới và đặt lớp vỏ trên lên trên phần nhân, ấn nhẹ để dàn đều phần nhân ra các cạnh.

u) Bảo quản bánh macaron đã làm đầy trong hộp kín trong tủ lạnh ít nhất 24 giờ cho đến khi chín, để nhân mềm và tạo hương vị cho vỏ.

v) Để phục vụ, hãy mang bánh macaron ra ngoài khoảng 30 phút trước khi phục vụ.

w) Bảo quản bánh macaron trong tủ lạnh trong hộp kín tối đa 5 ngày hoặc đông lạnh tối đa 6 tháng.

65.Chanh vàng bánh tart Brulée

THÀNH PHẦN:
ĐỐI VỚI LỚP VỎ:
- 1 ½ chén vụn bánh quy graham
- 6 muỗng canh bơ không muối, tan chảy
- ¼ chén đường cát

ĐỐI VỚI ĐIỀN:
- 4 lòng đỏ trứng
- 1 lon (14 ounce) sữa đặc có đường
- ½ giọt tinh dầu chanh
- 1 muỗng canh vỏ chanh bào

ĐỐI VỚI TOPPING:
- Đường cát, để tạo caramen

HƯỚNG DẪN:

a) Làm nóng lò nướng của bạn ở nhiệt độ 350°F (175°C).

b) Trong một cái bát, trộn vụn bánh quy graham, bơ tan chảy và đường. Nhấn hỗn hợp vào đáy và lên trên các cạnh của chảo bánh tart.

c) Trong một bát riêng, đánh lòng đỏ trứng, sữa đặc có đường, tinh dầu chanh và vỏ chanh cho đến khi hòa quyện.

d) Đổ nhân chanh vào lớp vỏ đã chuẩn bị sẵn.

e) Nướng trong khoảng 15-20 phút, hoặc cho đến khi nhân chín.

f) Lấy ra khỏi lò và để nguội đến nhiệt độ phòng. Sau đó để lạnh ít nhất 2 giờ hoặc cho đến khi nguội.

g) Ngay trước khi ăn, rắc một lớp đường mỏng lên trên mặt bánh. Dùng đèn khò để caramen đường cho đến khi tạo thành lớp vỏ giòn.

h) Để đường cứng lại trong vài phút rồi cắt lát và thưởng thức.

66. Brûlée chanh với kẹo bơ cứng

THÀNH PHẦN:
- 1 cốc kem đặc
- 1 cốc sữa nguyên chất
- 4 lòng đỏ trứng
- ½ chén đường cát
- 1 muỗng canh vỏ chanh bào
- 1 giọt tinh dầu chanh
- ½ cốc kẹo bơ cứng
- Đường cát, để tạo caramen
- Quả mâm xôi, để phục vụ

HƯỚNG DẪN:

a) Trong chảo, đun nóng kem đặc, sữa nguyên chất và vỏ chanh trên lửa vừa cho đến khi bắt đầu sôi. Loại bỏ khỏi nhiệt.

b) Trong một bát riêng, đánh lòng đỏ trứng, đường và tinh dầu chanh cho đến khi hòa quyện.

c) Từ từ đổ hỗn hợp kem nóng vào hỗn hợp lòng đỏ trứng, đánh liên tục.

d) Cho hỗn hợp trở lại nồi và đun trên lửa nhỏ, khuấy liên tục cho đến khi hỗn hợp đặc lại và phủ kín mặt sau của thìa. Đừng để nó sôi.

e) Tắt bếp và để hỗn hợp nguội đến nhiệt độ phòng. Sau đó để lạnh ít nhất 4 tiếng hoặc qua đêm.

f) Đổ hỗn hợp đã nguội vào máy làm kem và khuấy theo hướng dẫn của nhà sản xuất.

g) Trong vài phút cuối cùng của quá trình khuấy, hãy thêm các phần kẹo bơ cứng vào và tiếp tục khuấy cho đến khi chúng được phân bổ đều.

h) Chuyển kem đã đánh bông vào hộp đựng và để đông ít nhất 2 giờ cho kem cứng lại.

i) Ngay trước khi dùng, rắc một lớp đường mỏng lên trên mỗi khẩu phần. Dùng đèn khò để caramen đường cho đến khi tạo thành lớp vỏ giòn.

j) Để đường cứng lại trong vài phút rồi dùng và thưởng thức.

67.Bánh chanh tổ ong

THÀNH PHẦN:
ĐỐI VỚI BÁNH:
- 2 chén bột mì đa dụng
- 2 thìa cà phê bột nở
- ½ muỗng cà phê baking soda
- ¼ thìa cà phê muối
- ½ chén bơ không muối, làm mềm
- 1 cốc đường cát
- 3 quả trứng lớn
- Vỏ của 2 quả chanh
- 1 giọt tinh dầu chanh
- ½ cốc bơ sữa
- ¼ cốc mật ong
- 1 muỗng cà phê chiết xuất vani

ĐỐI VỚI VIỆC LÀM TỔNG HỢP:
- 1 cốc kẹo tổ ong, nghiền thành từng miếng nhỏ

ĐỐI VỚI GLAZE TRÁI:
- 1 chén đường bột
- 1 giọt tinh dầu chanh

HƯỚNG DẪN:
a) Làm nóng lò nướng của bạn ở nhiệt độ 350°F (175°C). Bôi mỡ và bột vào chảo bánh tròn 9 inch.
b) Trong một tô vừa, trộn đều bột mì, bột nở, baking soda và muối. Để qua một bên.
c) Trong một tô trộn lớn, trộn bơ đã làm mềm và đường cát cho đến khi mịn và nhạt.
d) Đánh lần lượt từng quả trứng, tiếp theo là vỏ chanh và tinh dầu chanh.
e) Thêm bơ sữa, mật ong và chiết xuất vani vào hỗn hợp bơ và trộn cho đến khi kết hợp tốt.
f) Dần dần thêm các thành phần khô vào các thành phần ướt, trộn cho đến khi vừa kết hợp. Cẩn thận đừng trộn quá tay.
g) Đổ một nửa bột bánh vào chảo bánh đã chuẩn bị sẵn, dàn đều.
h) Rắc kẹo tổ ong đã nghiền nát lên trên bột, đảm bảo phân bố đều.
i) Đổ phần bột bánh còn lại lên trên lớp kẹo tổ ong, dàn đều để phủ kín phần nhân.
j) Nướng trong lò làm nóng trước khoảng 30-35 phút hoặc cho đến khi cắm tăm vào giữa tăm thấy tăm sạch.
k) Lấy bánh ra khỏi lò và để nguội trong chảo khoảng 10 phút, sau đó chuyển bánh ra giá lưới cho nguội hoàn toàn.
l) Trong khi chờ bánh nguội, chuẩn bị phần men chanh bằng cách trộn đường bột và tinh dầu chanh tươi với nhau cho đến khi mịn.
m) Sau khi bánh nguội, rưới chút chanh lên trên mặt bánh.
n) Cắt lát và thưởng thức món Bánh chanh tổ ong thơm ngon.

GIA VỊ

68.Kem bơ vani hoa oải hương

Tạo ra: 12 ounce

THÀNH PHẦN:
- 225 gram bơ không muối khoảng 1 cốc
- 450 gram đường bột rây (khoảng 4 cốc)
- 1/2 muỗng cà phê chiết xuất vani
- 2 giọt tinh dầu oải hương
- Màu thực phẩm Gel Violet Wilton [8]
- Túi trang trí [9]
- Mẹo phủ kem #125 [5]
- Đường Rắc Hoa Oải Hương Wilton [6]

HƯỚNG DẪN:

a) Trong máy trộn đứng, sử dụng phụ kiện mái chèo để trộn bơ ở mức trung bình cho đến khi nhạt và mịn. Việc này sẽ mất khoảng 2 phút.

b) Tắt máy trộn và cạo các cạnh. Cho vào khoảng một nửa lượng đường bột. Bật máy trộn ở mức thấp. Trộn cho đến khi nguyên liệu được tích hợp và sau đó tắt máy trộn. Cạo các bên xuống một lần nữa.

c) Thêm phần đường bột còn lại vào. Bật máy trộn ở mức thấp một lần nữa. Trộn cho đến khi các thành phần được hòa quyện và sau đó trộn ở mức trung bình trong 2 phút. Tắt và cạo các cạnh xuống một lần nữa.

d) Bật máy trộn lên cao và trộn trong 3 phút. Lớp phủ sương giá sẽ tăng về khối lượng.

e) Tắt máy trộn và cạo các cạnh. Thêm chiết xuất vani và 1 giọt tinh dầu oải hương vào. Trộn ở mức thấp và nếm thử lớp kem phủ. Nếu hương oải hương quá nhạt so với khẩu vị của bạn, hãy thêm 1 giọt tinh dầu oải hương và trộn lại.

f) Bây giờ thêm một lượng nhỏ màu thực phẩm. Trộn ở mức thấp cho đến khi có màu đồng nhất. Bạn có thể muốn thêm nhiều màu gel hơn để có màu đậm hơn, sâu hơn. Quá trình này có thể mất vài phiên trộn và cạo cho đến khi tất cả các màu đều đồng nhất.

g) Đặt đầu phun sương vào túi trang trí. Chuyển kem phủ vào túi và phủ kem lên bánh nướng nhỏ của bạn.

69. Rau bina Pesto

Tạo ra: 8

THÀNH PHẦN:
- 1/2 chén hạt thông
- 2 - 3 chén rau bina 1 bó lớn
- 1 cốc phô mai parmesan mới bào
- 2 thìa cà phê tỏi băm
- 1/2 - 1 chén dầu ô liu
- 1 giọt tinh dầu húng quế mua ở đâu
- 1 giọt tinh dầu chanh mua ở đâu

HƯỚNG DẪN:

a) Trong chảo nhỏ, đun nóng hạt thông trên lửa vừa. Khuấy liên tục. Hạt thông chín khi chúng có màu nâu vàng nhạt. Làm nóng chúng sẽ tăng cường hương vị thơm ngon của chúng.

b) Trong máy xay thực phẩm, kết hợp hạt thông, rau bina, phô mai parmesan, tỏi và khoảng 1/2 cốc dầu ô liu. Xay cho đến khi hỗn hợp mịn và nhuyễn đều. Bạn có thể phải cạo các bên nhiều lần để có được độ đặc hoàn hảo.

c) Đổ pesto vào bát thủy tinh hoặc thép không gỉ. Thêm nhiều dầu ô liu hơn cho đến khi bạn đạt được độ đặc mong muốn. Thêm tinh dầu và khuấy bằng thìa thép không gỉ.

d) Dùng ngay hoặc làm lạnh nếu muốn. Phục vụ trong các món ăn bằng gốm hoặc thủy tinh.

e) Bạn có thể làm món pesto này trước và bảo quản trong lọ đóng hộp trong tủ lạnh ít nhất một tuần. Bạn có thể muốn khuấy thêm một chút dầu ô liu khi sẵn sàng phục vụ.

70. Sốt chanh

Tạo ra: 4

THÀNH PHẦN:
- 1 chén dầu ô liu nguyên chất
- 1/2 chén giấm táo
- 1 muỗng canh mù tạt dijon
- 1 thìa mật ong
- 3 thìa nước cốt chanh tươi
- 1-2 tép tỏi băm
- 1/2 thìa cà phê muối
- 1/4 thìa cà phê tiêu đen
- 3 giọt tinh dầu chanh
- 2 giọt tinh dầu thì là
- 1 nhúm thì là khô tùy thích
- 1 nhúm oregano khô tùy chọn
- bình lắc trộn salad

HƯỚNG DẪN:

a) Kết hợp dầu ô liu và giấm táo trong một lọ thủy tinh nhỏ

b) Trong một bát riêng, trộn mù tạt dijon, nước cốt chanh, mật ong và tỏi băm nhỏ.

c) Thêm vào hỗn hợp dầu ô liu và khuấy đều

d) Trộn tinh dầu, thì là, lá oregano, muối và hạt tiêu. Che và lắc để kết hợp.

e) Làm lạnh trong 1 giờ trước khi phục vụ

f) Lắc và rưới lên rau tươi hoặc rau nướng

g) Bảo quản trong tủ lạnh tối đa 2 tuần

71. Guacamole chanh-vôi

Tạo ra: 8

THÀNH PHẦN:
- 2 quả bơ chín lớn (hạt và nghiền)
- 1 chén hành đỏ (thái nhỏ)
- 2 tép tỏi (nghiền)
- 2 giọt tinh dầu chanh
- 2 giọt tinh dầu chanh
- 1 quả cà chua Roma nhỏ (thái hạt lựu)
- 2 muỗng canh lá ngò tươi (thái nhỏ)
- 2 muỗng canh kem chua (tùy chọn)
- Muối để nếm

HƯỚNG DẪN:
a) Cho thịt bơ vào tô trộn nhỏ và dùng nĩa đập dập. Trộn hành tím, tỏi giã nhuyễn, tinh dầu chanh, tinh dầu chanh, cà chua thái hạt lựu, ngò xắt nhỏ, kem chua và muối cho vừa ăn.
b) Thêm nhiều chanh và/hoặc tinh dầu chanh, mỗi lần 1 giọt để nếm thử.
c) Ăn kèm với bánh tortilla.

72.Salsa quả dứa với tinh dầu

THÀNH PHẦN:
- 1 quả dứa, thái hạt lựu
- 2 quả xuân đào nhỏ, thái hạt lựu
- ½ chén ngò, xắt nhỏ
- ½ chén hành tây đỏ, thái hạt lựu (khoảng nửa củ hành vừa)
- 3 thìa cà phê muối biển
- 5 giọt tinh dầu chanh
- 2 giọt tinh dầu ngò

HƯỚNG DẪN:
a) Trộn tất cả các thành phần với nhau.
b) Để salsa ngồi và thư giãn ít nhất
c) Trước khi ăn 4 tiếng để có thời gian ngấm gia vị.
d) Ăn kèm với khoai tây chiên, bánh taco cá hoặc làm món salad trái cây thơm.

73. Hương thảo chanh Hummus với tinh dầu

THÀNH PHẦN:
- 1 lon đậu garbanzo hữu cơ (chảy hết một nửa chất lỏng)
- 2 tép tỏi, bóc vỏ
- 2 muỗng canh dầu ô liu ép lạnh hữu cơ
- 2 thìa tahini Nước cốt của ½ quả chanh
- 1 thìa cà phê muối biển
- 2 giọt tinh dầu chanh
- 1 giọt tinh dầu hương thảo

HƯỚNG DẪN:
a) Trộn tất cả các thành phần trong máy xay thực phẩm cho đến khi mịn.
b) Làm lạnh trong tủ lạnh trong 30 phút và dùng kèm với dưa chuột thái lát, cà rốt, cần tây, cà chua bi, bánh quy giòn, bánh mì pita, v.v.

74. Nước chanh ớt với tinh dầu chanh

THÀNH PHẦN:
- 1½ muỗng canh rau mùi tươi, xắt nhỏ
- 2 muỗng canh mật ong hoặc cây thùa
- 2 muỗng canh nước
- 1 tép tỏi, băm nhỏ
- 1 muỗng canh ớt bột
- 1½ thìa gừng
- 2 muỗng canh dầu dừa
- 8 giọt tinh dầu chanh

HƯỚNG DẪN:
a) Trộn tất cả các thành phần với nhau.

75. Nước xốt chua ngọt với tinh dầu

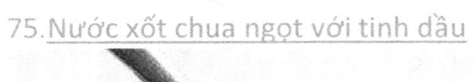

THÀNH PHẦN:
- ½ chén giấm balsamic
- ½ cốc mật ong
- ½ cốc đường nâu nhạt
- ¼ cốc nước tương ít natri
- 2 tép tỏi, băm nhỏ
- 6–8 giọt tinh dầu Cam rừng

HƯỚNG DẪN:
b) Trộn tất cả các thành phần với nhau.

76. Nước xốt hương thảo Balsamic với tinh dầu

THÀNH PHẦN:
- ½ chén giấm balsamic
- ¼ chén dầu ô liu
- 1 thìa cà phê muối
- 2 thìa cà phê hạt tiêu
- 2 giọt tinh dầu hương thảo

HƯỚNG DẪN:
c) Trộn tất cả các thành phần với nhau.

77. Nước ướp húng quế mùi tây với tinh dầu

THÀNH PHẦN:
- 1 chén mùi tây Ý, xắt nhỏ
- 2 tép tỏi, băm nhỏ
- 2 muỗng canh dầu ô liu
- 2 giọt tinh dầu húng quế

HƯỚNG DẪN:
d) Trộn tất cả các thành phần với nhau.

78. Chà tỏi hương thảo

THÀNH PHẦN:
- 1 muỗng canh muối
- 1 thìa cà phê bột hành
- 1-3 giọt tinh dầu hương thảo và hạt tiêu đen
- ½ chén dầu ô liu
- 5 tép tỏi, thái hạt lựu

HƯỚNG DẪN:

e) Trộn tất cả các nguyên liệu lại với nhau và dùng làm hỗn hợp chà xát cho thịt gà, bít tết hoặc rau.

79. Hỗn hợp gia vị Chipotle

THÀNH PHẦN:
- 1 thìa cà phê ớt bột
- ½ muỗng cà phê muối
- ½ thìa cà phê ớt bột 2 tép tỏi
- 1–1½ thìa dầu ô liu ¼ thìa cà phê hạt tiêu
- ½ thìa cà phê bột hành
- 1 tăm tinh dầu thì là
- 1 giọt tinh dầu chanh
- 1 tăm tinh dầu ngò (tuỳ thích)

HƯỚNG DẪN:

a) Trộn tất cả các nguyên liệu lại với nhau và dùng để tạo hương vị cho thịt taco, thịt gà hoặc thịt lợn.

80. Hỗn hợp gia vị Ý

THÀNH PHẦN:
- 2 thìa muối tỏi hoặc 1 tép tỏi
- 1 giọt hoặc tăm Húng quế, húng tây, kinh giới, lá oregano hoặc hương thảo

HƯỚNG DẪN:

a) Trộn tất cả các nguyên liệu lại với nhau và sử dụng cho các công thức nấu mì Ý, súp, nước sốt hoặc thịt yêu thích của bạn.

81. Tinh dầu – Đường có hương vị

THÀNH PHẦN:
- 2 thìa đường
- 1–3 giọt tinh dầu Cam rừng, Quýt, chanh, Bưởi, Cam Bergamot hoặc Vôi HOẶC 1 cây tăm Vỏ quế hoặc tinh dầu Cassia

HƯỚNG DẪN:
a) Kết hợp tinh dầu và đường, khuấy đều.
b) Rắc vào trà, cà phê, bột yến mạch, nước chanh hoặc trên bánh mì nướng.

82.Hỗn hợp gia vị châu Á

THÀNH PHẦN:
- 2 muỗng canh muối biển
- 1–2 giọt Gừng, Sả, Cam rừng hoặc Tiêu đen

HƯỚNG DẪN:

a)   Trộn các nguyên liệu lại với nhau và dùng để tạo hương vị cho thịt gà, thịt lợn, rau hoặc súp.

83. men chanh

THÀNH PHẦN:
- 1 chén đường bột
- 2 giọt tinh dầu chanh
- 1 thìa cà phê vỏ chanh

HƯỚNG DẪN:

a) Trong một bát nhỏ, trộn đều đường bột, tinh dầu chanh và vỏ chanh cho đến khi mịn.

b) Điều chỉnh độ đặc bằng cách thêm nhiều đường bột hoặc tinh dầu chanh nếu cần.

c) Rưới men chanh lên món tráng miệng của bạn và để nó đông lại trước khi dùng.

84. Rượu chanh mâm xôi

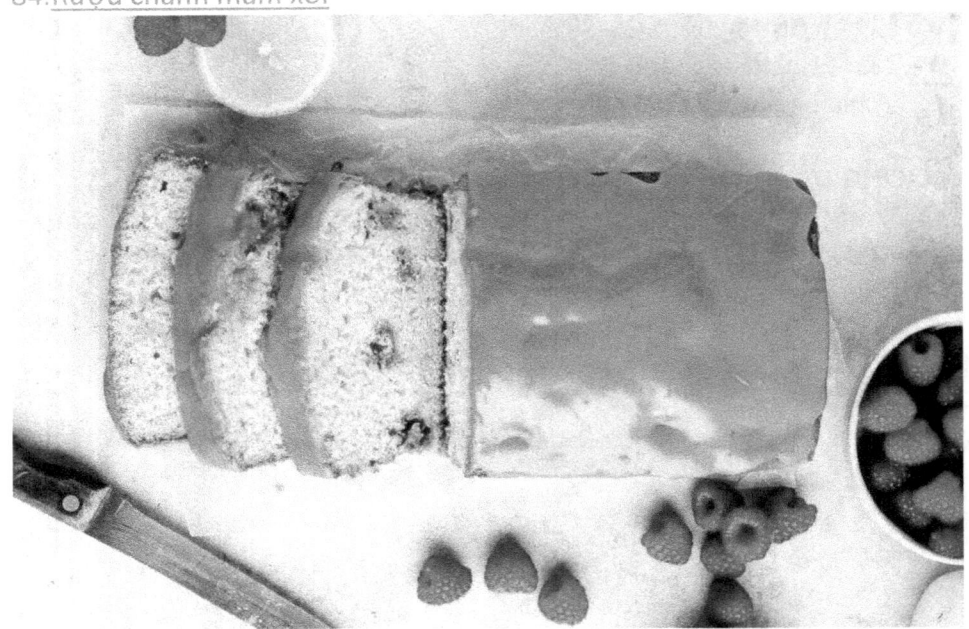

THÀNH PHẦN:
- 1 chén đường bột
- 2 muỗng canh quả mâm xôi xay nhuyễn (đã lọc)
- 1 giọt tinh dầu chanh
- vỏ chanh (tùy chọn, để trang trí)

HƯỚNG DẪN:

a) Trong một bát nhỏ, trộn đều đường bột, quả mâm xôi xay nhuyễn và tinh dầu chanh cho đến khi mịn.

b) Điều chỉnh độ đặc bằng cách thêm nhiều đường bột hoặc quả mâm xôi xay nhuyễn nếu cần.

c) Rưới nước chanh mâm xôi lên món tráng miệng của bạn và rắc vỏ chanh nếu muốn.

d) Để men đông lại trước khi dùng.

85.Kem bơ chanh

THÀNH PHẦN:
- 1 cốc bơ không muối, làm mềm
- 4 cốc đường bột
- 2 giọt tinh dầu chanh
- 1 muỗng canh vỏ chanh
- 1 muỗng cà phê chiết xuất vani

HƯỚNG DẪN:
a) Trong một tô trộn, đánh bơ đã mềm cho đến khi mịn.
b) Dần dần thêm đường bột, mỗi lần khoảng 1 cốc và trộn đều sau mỗi lần thêm.
c) Thêm tinh dầu chanh, vỏ chanh và chiết xuất vani vào hỗn hợp bơ. Trộn cho đến khi mịn và như kem.
d) Điều chỉnh độ đặc bằng cách thêm nhiều đường bột để lớp kem phủ cứng hơn hoặc thêm tinh dầu chanh để lớp kem mỏng hơn.
e) Phết hoặc phết kem bơ chanh lên bánh ngọt hoặc bánh nướng nhỏ đã nguội.

86. Kem phủ hạt chanh anh túc

THÀNH PHẦN:
- 1 cốc bơ không muối, làm mềm
- 4 cốc đường bột
- 2 giọt tinh dầu chanh
- 2 thìa cà phê vỏ chanh
- 1 muỗng canh hạt anh túc

HƯỚNG DẪN:

a) Trong một tô trộn, đánh bơ đã mềm cho đến khi mịn.

b) Dần dần thêm đường bột vào, mỗi lần một cốc và tiếp tục đánh cho đến khi trộn đều.

c) Khuấy tinh dầu chanh, vỏ chanh và hạt anh túc. Trộn cho đến khi hòa quyện hoàn toàn.

d) Phết hoặc phết lớp kem hạt anh túc chanh lên bánh ngọt hoặc bánh nướng nhỏ đã nguội.

COCKTAIL VÀ MOCKTAIL

87. Mojito chanh dưa leo

THÀNH PHẦN:
- 1 oz nước cốt chanh tươi
- 1 muỗng cà phê đường dừa (hoặc mật ong)
- nước lấp lánh
- 4-5 lát dưa chuột, gọt vỏ và cắt nhỏ
- 4-5 lá bạc hà tươi
- 2 giọt tinh dầu chanh
- 1 giọt tinh dầu bạc hà

Hướng
a) Thêm nước cốt chanh, đường dừa và lá bạc hà vào đáy ly cao.
b) Nhẹ nhàng nghiền nát lá bạc hà bằng muôi hoặc thìa.
c) Thêm tinh dầu chanh và bạc hà và lát dưa chuột.
d) Đổ đầy nước đá và nước lấp lánh. Khuấy. Trang trí với một nhánh bạc hà.

88. Trà chanh đá

Tạo ra: 16

THÀNH PHẦN:
- 5 cốc nước
- 3 túi trà đá lớn
- 3/4 chén đường demerara
- bình đựng cỡ gallon hoặc bình phục vụ
- đá
- 16 giọt tinh dầu chanh
- chanh thái lát (trang trí tùy chọn)

HƯỚNG DẪN:

a) Trong chảo nước sốt vừa, đun nóng 5 cốc nước trên lửa cao. Đun sôi.

b) Nhấc chảo ra khỏi bếp và thêm ba túi trà vào.

c) Để trà ngâm trong 5 phút. Lấy túi trà ra và vứt đi. Để trà nguội thêm 5 phút nữa ở nhiệt độ phòng.

d) Đặt đường demerara vào bình đựng gallon của bạn. Đổ trà hơi nguội lên trên đường và khuấy cho đến khi đường tan.

e) Đổ đầy đá vào phần còn lại của bình. Thêm tinh dầu chanh. Khuấy và phục vụ trên một ly đá đầy.

f) Nếu bạn muốn thêm các lát chanh để trang trí, hãy phục vụ chúng trong từng ly riêng lẻ.

89. Kem cà phê gia vị bí ngô

Tạo ra: 8

THÀNH PHẦN:
- 2 cốc nước cốt dừa hạnh nhân không đường
- ½ cốc bí ngô xay nhuyễn đóng hộp không làm nhân bánh
- ⅓ cốc nước cốt dừa
- 1 giọt tinh dầu đinh hương
- 1 giọt tinh dầu vỏ quế
- 1 giọt tinh dầu nhục đậu khấu
- 1 muỗng cà phê chiết xuất vani

HƯỚNG DẪN:
a) Thêm tất cả nguyên liệu vào máy xay. Xay đến khi mịn.
b) Ăn kèm với cà phê rang đậm và một ít kem tươi phủ trên. Rắc quế (tùy chọn).
c) Bảo quản trong hộp kín để trong tủ lạnh tối đa 2 tuần hoặc 1 tuần nếu dùng sữa bò. Lắc trước mỗi lần sử dụng.
d) Lưu ý: Nếu thích sữa bò, bạn có thể thay thế sữa dừa hạnh nhân bằng 1 ½ cốc sữa nguyên chất và ½ cốc kem đặc. Hoặc thay thế sữa thực vật yêu thích của bạn.

90.Gia vị kỳ nghỉ Wassail

Tạo ra: 6

THÀNH PHẦN:
- 4 cốc nước táo hoặc rượu táo
- 2 cốc nước ép nam việt quất
- 2 cốc nước ép dứa
- 5 giọt Tinh dầu Cam hoặc Quýt
- 5 giọt tinh dầu vỏ quế
- 3 giọt tinh dầu gừng
- 3 giọt tinh dầu đinh hương
- 1 quả cam cắt lát mỏng
- 1 quả chanh cắt lát mỏng
- 8 thanh quế để trang trí tùy chọn

HƯỚNG DẪN:

a) Kết hợp nước ép trái cây trong một nồi lớn. Để lửa nhỏ đun trong 30 phút đến một giờ.

b) Loại bỏ khỏi nhiệt. Thêm tinh dầu. Trang trí với cam và chanh thái lát. Phục vụ ấm trong cốc hoặc cốc có thành đôi.

91. Rượu táo tẩm gia vị

Tạo ra: 4

THÀNH PHẦN:
- 4 cốc rượu táo
- 8 giọt tinh dầu cam
- 2 giọt tinh dầu vỏ quế
- 2 giọt tinh dầu đinh hương
- thanh quế trang trí tùy chọn

HƯỚNG DẪN:
a) Đặt rượu táo vào chảo nấu bằng thép không gỉ trên bếp của bạn.
b) Đun nóng cho đến khi rất ấm. Không cần đun sôi
c) Khuấy tinh dầu.
d) Phục vụ khi còn ấm. Trang trí bằng một thanh quế nếu bạn cảm thấy lạ mắt hơn.

92. Fizz húng quế dâu tây

THÀNH PHẦN:
- 2-3 quả dâu tây tươi cắt lát
- lá húng quế tươi
- 1 oz xi-rô đơn giản
- 1 oz nước cốt chanh tươi
- nước lấp lánh
- 2 giọt tinh dầu húng quế
- 1 giọt tinh dầu chanh ngọc

Hướng
a) Trong ly cocktail thấp, thêm dâu tây, lá húng quế và xi-rô đơn giản.
b) Nhẹ nhàng nghiền nát dâu tây và lá húng quế bằng một cái muôi hoặc một cái thìa.
c) Thêm nước cốt chanh và tinh dầu. Khuấy.
d) Đổ đầy nước đá và nước lấp lánh. Trang trí với một quả dâu tây và một nhánh húng quế.

93. Mocha bạc hà tự làm

Tạo ra: 4

THÀNH PHẦN:
- 2 cốc sữa 2% (nước cốt dừa, sữa hạnh nhân, sữa đậu nành)
- 2 tách cà phê pha đặc
- 2 muỗng canh bột cacao
- 1/4 chén đường (có thể điều chỉnh/giảm bớt tùy theo khẩu vị)
- 1 đến 2 giọt tinh dầu bạc hà
- Lớp phủ tùy chọn: kem đánh bông hoặc xi-rô sô-cô-la

HƯỚNG DẪN:
a) Trong một cái chảo nhỏ, đun nóng sữa và đánh mạnh khi sữa bắt đầu sủi bọt. Đổ cà phê đã pha vào.
b) Trong một bát nhỏ, trộn đều bột cacao và đường. (Tôi không khuyên bạn nên thêm ca cao trực tiếp vào chảo mà không trộn với đường vì nó sẽ vón cục và không hòa quyện với cà phê sữa!)
c) Đánh hỗn hợp ca cao-đường vào hỗn hợp sữa-cà phê cho đến khi tạo thành kem mocha.
d) Đổ vào 2 cốc cà phê và thêm 1 đến 2 giọt tinh dầu bạc hà vào mỗi cốc để nếm thử. Khuấy bằng máy khuấy cà phê và nhâm nhi!

94.Cú đấm cam lựu

THÀNH PHẦN:
- 2 ounce nước ép lựu
- Nước cam 1 ounce
- 1 oz xi-rô đơn giản
- loại bia có mùi rừng
- 1 quả cam, thái lát mỏng
- hạt lựu
- 2 giọt tinh dầu cam
- 1 giọt tinh dầu gừng

Hướng
a) Trong bình lắc cocktail, kết hợp nước ép lựu, nước cam, tinh dầu và xi-rô đơn giản. Thêm đá và lắc.
b) Đổ vào ly vừa.
c) Đổ bia gừng lên trên và thêm cam cắt lát.
d) Top với các hạt lựu.

95. Trà chanh bạc hà

Làm: 6 phần ăn

THÀNH PHẦN:
- 1½ cốc nước sôi
- 3 muỗng cà phê trà hòa tan
- 6 nhánh bạc hà
- 1 cốc nước sôi
- 1 cốc đường
- 3 giọt tinh dầu chanh

HƯỚNG DẪN:
a) Kết hợp 1-½ cốc nước sôi, trà hòa tan và bạc hà .
b) S teeep, đậy kín, trong 15 phút.
c) Hòa 1 cốc nước sôi, đường và tinh dầu chanh .
d) Trộn hỗn hợp thứ hai với hỗn hợp bạc hà sau khi lọc.
e) Thêm 4 cốc nước lạnh.

96. Hỗn hợp ca cao bạc hà

Làm: 10 phần ăn

THÀNH PHẦN:
- 1 cốc sô cô la đen giọt
- 1 cốc đường turbinado demerara
- 1/8 muỗng cà phê muối
- 2/3 cốc bột cacao đen
- 1/2 cốc sữa bột nguyên chất
- túi quà
- thìa
- cốc
- Tinh dầu bạc hà
- Chai mẫu tinh dầu 2ml
- nhãn nắp tinh dầu

HƯỚNG DẪN:

a) Cho các giọt sô cô la đen, đường, muối, bột ca cao và sữa bột vào máy xay thực phẩm. Cắt/trộn khoảng 10 giây cho đến khi tất cả các nguyên liệu đã được thái nhỏ và trộn đều với nhau.

b) Đặt khoảng 1/2 cốc hỗn hợp ca cao nóng vào mỗi 5 túi quà. Gắn một chiếc thìa khi bạn sử dụng dây buộc xoắn để đóng túi.

c) Đặt bột ca cao và thìa vào cốc của bạn.

d) Nhỏ khoảng 10 giọt Tinh dầu Bạc hà vào mỗi 5 chai mẫu. Đặt các chai mẫu vào cốc cà phê của bạn. Bạn cũng có thể dán nhãn lên nắp chai nếu muốn.

e) Bao gồm một thẻ công thức trong mỗi cốc.

97. Xịt chanh oải hương

THÀNH PHẦN:
- 1 quả chanh, ép lấy nước
- 1 thìa mật ong
- nước chanh có ga (tôi đã sử dụng Spindrift Lemon)
- 3 giọt tinh dầu chanh
- 1 tăm xoáy Tinh dầu oải hương
- hoa oải hương (tùy chọn)
- chanh lát

Hướng
a) Vắt một quả chanh vào đáy ly cao.
b) Trộn mật ong và tinh dầu.
c) Thêm đá và khuấy. Đổ đầy nước lấp lánh.
d) Trang trí với một lát chanh và hoa oải hương.

98. Sinh tố lê gừng với tinh dầu gừng

THÀNH PHẦN:
- 1 chén rau chân vịt tươi
- 1 chén lê, thái hạt lựu (cắt lê tươi và đông lạnh trong 1 giờ)
- ½ cốc sữa chua Hy Lạp nguyên chất không béo 1 thìa bơ hạnh nhân
- 1 cốc sữa hạnh nhân không đường hoặc sữa tùy chọn
- 1 thìa cà phê mật ong nguyên chất
- ½ muỗng cà phê chiết xuất vani
- 1 giọt tinh dầu gừng

HƯỚNG DẪN:

a) Cho tất cả nguyên liệu vào máy xay và xay cho đến khi thành kem và mịn.

99. Nước chanh mâm xôi với tinh dầu chanh

THÀNH PHẦN:
- Mâm xôi nghiền:
- 2 cốc quả mâm xôi
- ½ cốc đường hoặc mật ong 1 cốc nước
- Uống:
- chanh
- Nước có ga
- Đá
- 1-2 giọt tinh dầu chanh

HƯỚNG DẪN:

a) Trong một cái chảo nhỏ, trộn nước, đường hoặc mật ong và quả mâm xôi.
b) Nấu cho đến khi đường tan hết. Mát mẻ và căng thẳng.
c) Khi dùng, thêm mâm xôi xay nhuyễn (khoảng 2 thìa canh), đá, nước cốt của 1 quả chanh và tinh dầu chanh vào ly. Top với nước lấp lánh.
d) Trang trí với chanh và quả mâm xôi. Thưởng thức!

100. nước cam quýt

Tạo ra: 16 ounce

THÀNH PHẦN:
- 16 oz. Nước
- Chai nước thủy tinh hoặc bình thủy tinh
- 1 giọt Tinh dầu chanh hoặc Tinh dầu chanh ngọc
- 1 giọt Tinh dầu Quýt hoặc Tinh dầu Cam
- 1 giọt tinh dầu bưởi
- 1 giọt tinh dầu chanh
- chanh cắt lát (chanh, quả mọng hoặc trái cây tươi khác, tùy chọn)

HƯỚNG DẪN:

a) Thêm 16 oz. nước vào chai nước thủy tinh hoặc bình thủy tinh. Thêm mỗi loại 1 giọt tinh dầu chanh, quýt hoặc cam, bưởi. Thêm nhiều dầu hơn, mỗi lần 1 giọt để nếm thử.

b) Tùy chọn, thêm lát chanh tươi, lát chanh, quả mọng hoặc trái cây tươi khác.

c) Hãy uống và tận hưởng hương vị cam quýt sảng khoái trong ly nước uống hàng ngày của bạn.

PHẦN KẾT LUẬN

Khi chúng ta đọc đến những trang cuối cùng của cuốn sách "Nấu ăn bằng tinh dầu: 100 công thức nấu ăn thơm cho sức khỏe và hương vị", chúng tôi hy vọng bạn thích hành trình thơm ngon này nhiều như chúng tôi rất thích hướng dẫn bạn thực hiện nó. Mục đích của chúng tôi không chỉ là cung cấp cho bạn bộ sưu tập các công thức nấu ăn mà còn khơi dậy niềm đam mê nấu ăn sáng tạo, lành mạnh và đầy hương vị của bạn.

Cuốn sách nấu ăn này không chỉ là một bộ sưu tập các món ăn; đó là lời mời khám phá nghệ thuật ẩm thực suốt đời, được hướng dẫn bởi ảnh hưởng mạnh mẽ và thơm mát của tinh dầu. Chúng tôi khuyến khích bạn tiếp tục thử nghiệm những món quà từ thiên nhiên này trong căn bếp của mình. Hãy để vị giác của bạn nhảy múa theo giai điệu của hương vị và để cơ thể bạn được hưởng lợi từ sức khỏe tự nhiên mà những loại dầu này mang lại.

Các công thức nấu ăn trong các trang này chỉ là bước khởi đầu. Chúng nhằm truyền cảm hứng cho sự sáng tạo của bạn, khuyến khích bạn thử nghiệm, thích nghi và phát triển các món ăn đặc trưng của mình. Hãy nhớ rằng, trong căn bếp của mình, bạn là nhà giả kim, nghệ sĩ và đầu bếp. Vì vậy, hãy tiếp tục, thưởng thức hương thơm thơm ngon, đồng thời để vị giác và sức khỏe của bạn thăng hoa. Đây là cách nấu ăn đầy hương vị, thơm ngon và bổ dưỡng với tinh dầu suốt đời. Chúc hành trình ẩm thực của bạn tràn ngập hương thơm niềm vui, sức khỏe và niềm vui khi được ăn chung cùng những người thân yêu. Cảm ơn bạn đã tham gia chuyến đi đầy hương vị này cùng chúng tôi và chúng tôi rất nóng lòng muốn xem cuộc phiêu lưu ẩm thực tiếp theo của bạn sẽ dẫn bạn đến đâu.

www.ingramcontent.com/pod-product-compliance
Lightning Source LLC
LaVergne TN
LVHW021707060526
838200LV00050B/2539